Juu ya Mambo Kama Hayo Hakuna Sheria

Tunda la Roho

Juu ya Mambo Kama Hayo Hakuna Sheria

Dr. Jaerock Lee

Juu ya Mambo Kama Hayo Hakuna Sheria na Dr. Jaerock Lee
Kimechapishwa na Urim Books (Mwakilishi: Johnny. H. Kim)
361-66, Shindaebang-Dong, Dongjak-Gu, Seoul, Korea
www.urimbooks.com

Haki zote zimehifadhiwa. Hairuhusiwi kunakili kitabu hiki au sehemu ya kitabu hiki katika mfumo wa aina yoyote, kutunzwa katika mfumo ambao kinaweza kusambazwa au kupatikana tena kwa namna au njia yoyote ile, au kubadilishwa katika namna yoyote ile, kielekroniki, kimakenika, kutolewa kivuli (fotokopi), kurekodiwa au vinginevyo, bila idhini ya maandishi kutoka kwa mchapaji.

Isipokuwa vinginevyo kama imebainishwa, nukuu yote ya Maandiko imechukuliwa kutoka katika Biblia ya Kiswahili – Union Version iliyochapishwa na Chama cha Biblia cha Kenya na Chama cha Biblia cha Tanzania ©1997 Imetumiwa kwa ruhusa.

Hakimiliki © 2013 na Dr. Jaerock Lee
ISBN: 979-11-263-1140-8 03230
Hakimiliki ya Kutafsiri © 2013 na Dr. Esther K. Chung. Imetumiwa kwa ruhusa.

Kilichapishwa kwa Mara ya Kwanza Oktoba 2013

Awali kilichapishwa kwa Kikorea mnamo 2009 na Urim Book huko Seoul, Korea

Kimehaririwa na Dr. Geumsun Vin
Jalada limesanifiwa na Editorial Bureau of Urim Books
Kimepigwa chapa na Yewon Priting Company
Kwa taarifa zaidi wasiliana na: urimbook@hotmail.com

*Lakini tunda la Roho ni upendo, furaha, amani, uvumilivu,
utu wema, fadhili, uaminifu, upole, kiasi;
juu ya mambo kama hayo hakuna sheria.
Wagalatia 5:22-23*

Dibaji

Wakristo hupata uhuru wa kweli
ni matunda ya ushawishi wa muda
mrefu wa Roho Mtakatifu.
hakuna Sheria

Kila mtu anatakiwa kufuata kanuni na taratibu katika mazingira aliyomo. Mtu akihisi kuwa sheria hizo ni kama pingu zinazowafunga, atahisi kuwa anabeba mzigo na uchungu. Na kwa sababu tu anahisi kuelemewa anapofuatilia ubadhirifu na machafuko, siyo uhuru. Baada ya kujihusisha katika mambo kama hayo, anaachwa tu na hisia ya ubatili na mwishbowe mauti ya milele inamsubiri.

Uhuru wa kweli ni kufunguliwa na kuwekwa huru dhidi ya mauti ya milele na dhidi ya machozi yote, huzuni na uchungu. Pia ni kudhibiti asili ya kwanza inayotupa mambo kama hayo na kupata nguvu ya kuyashinda. Mungu wa upendo hataki tuteseke kwa namna yo yote ile, na kwa sababu hii, alinakili katika Biblia njia za kufurahia uzima wa milele na uhuru wa kweli.

Wahalifu au wale wanaovunja sheria za nchi huwa na wasiwasi wanapowaona maafisa wa polisi. Lakini wale wanaoitii sheria vyema hawahisi hivyo, lakini badala yake wakati wote wanaweza kuomba msaada kutoka kwa polisi, na wanahisi kuwa salama wakiwa na polisi.

Kwa njia hiyo hiyo, wale wanaopishi katika kweli hawaogopi kitu chochote na wanafurahia uhuru wa kweli, kwa sababu wanaelewa kuwa sheria ya Mungu ni njia ya kuzifikia baraka. Wanaweza kufurahia uhuru kama nyangumi wanaoogelea baharini na tai wanaoruka angani.

Sheria ya Mungu inaweza kugawanywa katika mambo manne. Inatwambia tufanye, tusifanye, tuweke mambo fulani, na kuacha mambo fulani. Kadri siku zinavyokwenda, ulimwengu unazidi kutiwa doa kwa dhambi na uovu, na kwa sababu hiyo watu wengi wanahisi kuelemewa na sheria ya Mungu na hawaitii. Wakati wa Agano la Kale, watu wa Israeli waliteseka sana walipoacha kuishika Sheria ya Musa.

Hivyo, Mungu alimtuma Yesu hapa duniani na kumweka huru kila mtu kutokana na laana ya Sheria. Yesu asiye na dhambi alikufa msalabani, na ye yote amwaminiye anaweza kuokolewa kupitia imani. Watu wanapopokea zawadi ya Roho Mtakatifu kwa kumpokea Yesu Kristo, wanakuwa watoto wa Mungu, na wanaweza kuzaa matunda ya Roho Mtakatifu mwongozo wa Roho Mtakatifu.

Roho Mtakatifu anapoingia katika mioyo yetu, hutusaidia kuelewa mambo ya ndani ya Mungu na kuishi kwa Neno la Mungu. Kwa mfano, anapokuwepo mtu ambaye hawezi kusamehe, hutukumbusha kuhusu msamaha na upendo wa Bwana na hutusaidia kumsamehe mtu huyo. Kisha, tunaweza kuufukuza uovu kwa haraka kutoka katika mioyo yetu na kuingiza wema na upendo. Katika njia hii, kadri tunavyozaa matunda ya Roho Mtakatifu kwa kupitia mwongonzo wa Roho Mtakatifu, hatutafurahia uhuru katika kweli tu lakini pia tutapokea upendo na baraka za Mungu zinazofurika.

Kupitia tunda la Roho, tunaweza kujichunguza ni kwa namna gani tumejitakasa na ni kwa jinsi gani tunakaribia kukifikia kiti cha enzi cha Mungu, na ni kwa kiasi gani tumeukuza moyo wa Bwana aliye bwana harusi wetu. Kadri tunavyozaa matunda mengi ya Roho, ndivyo tutakavyoingia katika makao mazuri sana yanayong'aa mbinguni. Ili tuweze kuingia katika Yerusalemu Mpya Mbinguni, ni lazima tuzae matunda yote kwa utimilifu na kwa uzuri, na si kuzaa tu baadhi ya matunda.

Kazi hii *Juu ya Mambo Kama Hayo Hakuna Sheria* inakuwezesha kuelewa kwa urahisi maana ya kiroho ya matunda tisa ya Roho Mtakatifu pamoja na mifano yake maalum. Pamoja na Upendo wa Kiroho katika 1 Wakoritho 13 na Hotuba ya Mlimani katika Mathayo 5, matunda ya Roho Mtakatifu ni ishara inayotuongoza kwenye imani sahihi. Yatatuongoza mpaka kufika mwisho wa imani yetu, Yerusalemu Mpya.

Ninamshukuru Geumsun Vin, mkurugenzi wa timu ya uhariri na wafanyakazi, na ninaomba katika jina la Bwana kwamba utazaa haraka matunda tisa ya Roho Mtakatifu kupitia kitabu hiki, ili uweze kuufurahia uhuru wa kweli na uwe mkaazi wa Yerusalemu Mpya.

Jaerock Lee

Utangulizi

Ishara juu ya safari yetu ya imani kwenda Yerusalemu Mpya Mbinguni

Kila mtu anajishughulisha katika ulimwengu huu wa kisasa. Watu wanafanya kazi na kutaabika ili wamiliki na kufurahia mambo mengi. Na bado watu wengine wana malengo ya maisha yao licha ya hali ya mitindo ya ulimwengu, lakini bado hata watu hawa wanaweza wakajiuliza mara kwa mara ikiwa kwa hakika wanaishi maisha mema. Kisha wanaweza wakayatazama maisha yao ya nyuma katika hatua hii. Katika safari yetu ya imani, sisi pia, tunaweza tukawa na haraka na tukaifuata njia ya mkato kwenda katika ufalme wa mbinguni tunapojilinganisha na Neno la Mungu.

Sura ya 1, 'Kuzaa tunda la Roho', inafafanua kuhusu Roho Mtakatifu anayefufua roho iliyokufa, iliyokufa kwa sababu ya dhambi ya Adamu. Inatwambia kwamba tunaweza kuzaa matunda ya Roho Mtakatifu kwa wingi tunapofuata matamanio ya Roho Mtakatifu.

Sura ya 2 'Upendo' inatwambia tunda la kwanza la Roho,

'upendo' linahusu nini. Inaonyesha pia aina ya upendo uliopotoshwa tangu kuanguka kwa Adamu na inatupa njia za kukuza upendo unaompendeza Mungu.

Sura ya 3, 'Furaha' inasema kwamba furaha ni kipimo ambacho tunaweza kupimia ikiwa imani yetu ni nzuri na inaeleza ni kwa nini tumepoteza furaha ya upendo wa kwanza. Inatufahamisha njia tatu za kuzaa tunda la furaha, ambalo kwalo tunaweza kufurahi na kushukuru katika hali na mazingira ya aina yoyote.

Sura ya 4 'Amani' inasema kuwa ni muhimu kuvunja kuta za dhambi ili kuwa na amani na Mungu, na kwamba tunapaswa kudumisha amani sisi wenyewe na kila mtu. Pia inatuwezesha kuelewa umuhimu wa kuzungumza maneno ya wema na kufikiri kwa mtazamo wa watu wengine katika mchakato wa kufanya amani.

Sura ya 5 'Uvumilivu' inaelezea uvumilivu wa kweli siyo tu

kushinikiza hisia ngumu lakini kuwa na subira na moyo mwema usio na uovu, na kwamba tutapata heri tunapokuwa na amani ya kweli. Pia inachunguza aina tatu za uvumilivu/saburi: uvumilivu wa kubadili moyo wa mtu; kuwavumilia watu; saburi juu ya Mungu.

Sura ya 6 'Utu Wema' inatufundisha aina ya mtu mwenye wema kwa kutumia mfano wa Bwana. Kwa kuangalia sifa za huruma, inatueleza tofauti yake na 'upendo'. Mwishowe, inatuonyesha nia ya kupokea baraka na upendo wa Mungu.

Sura ya 7 'Fadhili' inatwambia kuhusu moyo wa fadhili kwa kutumia mfano wa Bwana ambaye hakuwa na ubishi wala kupiga kelele; au kuvunja mwanzi uliopondeka au kuzima utambi ufukao moshi. Pia inatoutisha fadhili na matunda mengine ili tuweze kuzaa tunda la fadhili na tutoe harufu ya Kristo.

Sura ya 8 'Uaminifu' inatufundisha kuhusu aina ya baraka

tunayoipokea tunapokuwa waaminifu katika nyumba yote ya Mungu. Kwa kutumia mifano ya Musa na Yusufu, sura hii inatuwezesha kuelewa ni mtu wa aina gani anaweza kuzaa tunda la uaminifu.

Sura ya 9 'Upole' inafafanua maana ya upole machoni pa Mungu na inaelezea sifa za wale wanaozaa tunda la upole. Inatupa mfano wa mashamba manne kuhusu yale tunapaswa kufanya ili tuzae tunda la upole. Mwishowe inatueleza kuhusu baraka kwa ajili ya wapole.

Sura ya 10 'Kiasi' inathibitisha kwa nini kuwa na kiasi kumetajwa kuwa tunda la mwisho miongoni mwa matunda tisa ya Roho Mtakatifu na vile vile umuhimu wa kiasi. Tunda la kiasi ni jambo la lazima, linalodhibiti matunda mengine manane ya Roho Mtakatifu.

Sura ya 11, 'Juu ya mambo kama hayo hakuna sheria' ni

hitimisho la kitabu hiki, na inatusaidia kuelewa umuhimu wa kumfuata Roho Mtakatifu, na inatamani wasomaji wawe watu wa roho yote kwa haraka msaada wa Roho Mtakatifu.

Hatuwezi kusema kuwa tuna imani kuu kwa sababu tumekuwa waamini kwa muda mrefu au kwa sababu tuna maarifa ya kutosha ya Biblia. Kipimo cha imani kinatambuliwa kwa kiwango chetu cha kubadilika kwa mioyo yetu na kuwa mioyo ya kweli na kiasi gani tumekuza moyo wa Bwana.

Ninatumaini kwamba wasomaji wote wataweza kuchunguza imani yao na watazaa matunda ya Roho Mtakatifu kwa wingi kwa msaada wa Roho Mtakatifu.

Geumsun Vin,
Mkurugenzi wa Editorial Bureau.

YALIYOMO
Juu ya Mambo Kama Hayo Hakuna Sheria

Dibaji · vii

Utangulizi · xi

Sura ya 1
Kuzaa tunda la Roho — 1

Sura ya 2
Upendo — 13

Sura ya 3
Furaha — 29

Sura ya 4
Amani — 49

Sura ya 5
Uvumilivu — 69

Sura ya 6
Utu Wema   87

Sura ya 7
Fadhili   103

Sura ya 8
Uaminifu   119

Sura ya 9
Upole   137

Sura ya 10
Kiasi   159

Sura ya 11
Juu ya mambo kama hayo hakuna sheria   175

Wagalatia 5:16-17

"Basi nasema, Nendeni kwa Roho, wala hamtazitimiza kamwe tamaa za mwili. Kwa sababu mwili hutamani ukishindana na Roho, na Roho kushindana na mwili; kwa maana hizi zimepingana, hata hamwezi kufanya mnayotaka. Lakini mkiongozwa na Roho, hampo chini ya sheria. Basi matendo ya mwili ni dhahiri, ndiyo haya, uasherati, uchafu, ufisadi, 20 ibada ya sanamu, uchawi, uadui, ugomvi, wivu, hasira, fitina, faraka, uzushi, 21 husuda, ulevi, ulafi, na mambo yanayofanana na hayo, katika hayo nawaambia mapema, kama nilivyokwisha kuwaambia, ya kwamba watu watendao mambo ya jinsi hiyo hawatairithi ufalme wa Mungu."

Sura ya 1

Kuzaa tunda la Roho

Roho Mtakatifu hufufua roho iliyokufa
Kuzaa tunda la Roho
Matamanio ya Roho Mtakatifu na tamaa za mwili
Tusichoke kutenda mema

Kuzaa tunda la Roho

Ikiwa madereva wangeendesha magari katika barabara kuu isiyokuwa na msongamano wangekuwa na hisia ya kufurahisha. Lakini ikiwa wanaendesha gari kupitia barabara hiyo kwa mara ya kwanza, bado wangekuwa waangalifu zaidi na kuwa macho. Lakini ingekuwaje ikiwa wana mfumo wa GPS katika gari lao? Wanaweza kuwa na taarifa za kina za barabara na mwongozo sahihi, kwa hiyo watafika waendako pasipo kupotea njia.

Safari ya imani kuelekea katika ufalme wa mbinguni iko vivyo hivyo. Kwa wale wanaomwamini Mungu na kuishi kwa kulifuata Neno Lake, Roho Mtakatifu huwalinda na kuwaongoza mapema ili wakwepe vikwazo na magumu mengi ya maisha. Roho Mtakatifu hutuongoza kupitia katika njia rahisi na fupi ili tufike tunakokwenda, ambako ni ufalme wa mbinguni.

Roho Mtakatifu hufufua roho iliyokufa

Mtu wa kwanza, Adamu, alikuwa roho iishiyo Mungu alipomuumba na kumpulizia puani pumzi ya uhai. 'Pumzi ya uhai" ni 'nguvu iliyo katika mwanga wa asili" na ilipitishwa kutoka kwa Adamu hadi kwa uzao wake walipokuwa wanaishi katika Bustani ya Edeni.

Hata hivyo, Adamu na Hawa walipotenda dhambi ya kutotii na wakafukuzwa kuja hapa duniani, mambo yalibadilika yakawa si kama yalivyokuwa awali. Mungu aliondoa karibu pumzi yote ya uhai kutoka kwa Adamu na Hawa na akaacha masalia yake tu, yaani 'mbegu ya uzima'. Na mbegu hii ya uzima haiwezi kupitishwa kutoka kwa Adamu na Hawa hadi kwa watoto wao.

Hivyo, mwezi wa sita wa ujauzito, Mungu huweka mbegu ya uzima katika roho ya mtoto mchanga na kuipanda kwenye kiini cha seli kilicho katika moyo, ambacho ni sehemu kuu ya mwanadamu. Kwa wale ambao hawajampokea Yesu Kristo, mbegu ya uzima hubakia ikiwa imetulia pasipo kufanya kazi kama mbegu iliyofunikwa na kokwa gumu. Tunasema kwamba roho imekufa wakati ambapo mbegu ya uzima inakuwa haiwezi kufanya kazi. Kadri roho inapokuwa imekufa, mtu hawezi kupata uzima wa milele au kuingia katika ufalme wa mbinguni.

Tangu kuanguka kwa Adamu, wanadamu wote waliwekewa kufa. Ili waupate uzima wa milele tena, ni lazima wasamehewe dhambi zao, ambacho ndicho chanzo cha asili cha kifo, na roho zao zilizokufa lazima zifufuliwe. Ni kwa sababu hii Mungu wa upendo alimtuma Mwanawe wa pekee Yesu kuja duniani hii kama upatanisho na akafungua njia ya wokovu. Yaani, Yesu alichukua dhambi zote za wanadamu wote na akafa msalabani ili afufue roho zetu zilizokufa. Alifanyika njia, kweli na uzima ili watu wote wapate uzima wa milele.

Kwa hiyo, tunapompokea Yesu Kristo kama Mwokozi wetu binafsi, dhambi zetu zinasamehewa; tunakuwa watoto wa Mungu na tunapata karama ya Roho Mtakatifu. Kwa nguvu ya Roho Mtakatifu, mbegu ya uzima, ambayo imekaa tu pasipo kazi ikiwa imefunikwa na kokwa gumu, huamka na kuanza kutenda kazi. Hapo ndipo roho iliyokufa hufufuliwa. Kuhusu hili Yohana 3:6 inasema, "...kilichozaliwa kwa roho ni roho." Mbegu iliyochipuka inaweza kukua inapopata mwanga wa jua na maji. Kwa njia hiyo hiyo, mbegu ya uzima inapaswa kupewa maji ya kiroho na mwanga wa kiroho ili iweze kukua baada ya kuchipuka. Yaani, ili roho zetu zikue, inatulazimu kujifunza Neno la Mungu, ambayo ni maji ya kiroho, na nilazima tutende kulingana na Neno la Mungu, ambalo mwangaza wa kiroho.

Roho Mtakatifu aliyeingia katika mioyo yetu hutuwezesha kujua kuhusu dhambi, haki na hukumu. Hutusaidia tuache dhambi na uasi na tuishi katika haki. Roho Mtakatifu hutupa nguvu ili tuweze kufikiri, kuzungumza, na kutenda katika kweli. Pia Roho hutuongoza katika kuishi maisha ya imani na kuwa na imani katika tumaini kwa ajili ya ufalme wa mbinguni, ili roho zetu zinaweza kukua vizuri sana. Hebu nikupe mfano ili uweze kuelewa zaidi.

Tuseme alikuwepo mtoto aliyelelewa katika familia yenye furaha. Siku moja akapanda mlimani na baada ya kuona mandhari mazuri, akapaza sauti akasema, "Yahoo!" Lakini kasha, mtu mwingine akamjibu maneno hayo hayo kwa kusema, "Yahoo!" Mtoto akashangaa na akasema, "Wewe ni nani?" na mwingine akarudia maneno hayo hayo. Yule mvulana akamkasirikia mtu huyo kwa sababu anamuigiza, na akasema, "Je, unataka tupigane?" na maneno hayo hayo yakamrudia. Ghafla akahisi kuwa kuna mtu alikuwa anamtazama na akaogopa.

Akarudi kutoka mlimani haraka na akamwambia mama yake kuhusu jambo hilo. Akasema, "Mama, kuna mtu mbaya sana mlimani." Lakini kwa upole mama yake akasema huku akiwa anatabasamu, "Nadhani huyo mvulana huko milimani ni mvulana mwema, na anaweza kuwa rafiki yako. Kwa nini usiende tena mlimani kesho na ukamwombe msamaha?" Asubuhi siku iliyofuata mvulana akapanda mlimani tena na akapaza sauti kwa nguvu, "Samahani kwa yaliyotokea jana! Kwa nini usiwe rafiki yangu?" Jibu lilelile likarudi.

Basi yule mama alimwacha mwanaye mdogo atambue ni nini yeye mwenyewe. Na Roho Mtakatifu hutusaidia katika safari yetu ya imani kama mama mpole.

Kuzaa tunda la Roho

Mbegu inapopandwa, huchipuka, hukua na kutoa maua, na baada ya kutoa maua, matokeo yake huja, yaani tunda. Vivyo hivyo, mbegu ya uzima iliyopandwa na Mungu ndani yetu inapochipuka kupitia Roho Mtakatifu, hukua na kuzaa matunda ya Roho Mtakatifu. Hata hivyo, si kila aliyempokea Roho Mtakatifu huzaa matunda ya Roho Mtakatifu. Tunaweza kuzaa tunda la Roho pale tu tunapofuata mwongozo wa Roho Mtakatifu.

Roho Mtakatifu anaweza kulinganishwa na jenereta ya umeme. Umeme huzalishwa generata inapofanya kazi. Ikiwa jenereta imeunganishwa na taa na ikatoa umeme, taa itaangaza mwanga. Mwanga unapokuwepo, giza huondoka. Katika njia hiyo hiyo, Roho Mtakatifu anapotenda kazi ndani yetu, giza ndani yetu huondoka kwa sababu mwanga huja katika mioyo yetu. Hapo ndipo, tunaweza kuzaa matunda ya Roho Mtakatifu.

Kuna jambo moja la muhimu hapa. Ili balbu iangaze mwanga, kuiunganisha na jenereta hakutasaidia kitu. Ni lazima awepo mtu wa kuwasha jenereta. Mungu ametupa jenereta inayoitwa Roho Mtakatifu, na ni sisi ndio tunatakiwa kuiwasha jenereta hii, yaani Roho Mtakatifu.

Ili tuweze kuiwasha na kutumia jenereta ya Roho Mtakatifu, ni lazima tuwe macho na tuombe kwa bidii. Pia ni lazima tutii mwongozo wa Roho Mtakatifu ili tuifuate kweli. Tunapofuata mwongozo na msukumo wa Roho Mtakatifu, tunasema tunafuata matamanio ya Roho Mtakatifu. Tutajazwa Roho Mtakatifu tutakapofuata matamanio ya Roho Mtakatifu, na katika kufanya hivyo, mioyo yote itabadilishwa kwa ukweli. Ni matunda ya ushawishi wa muda mrefu wa Roho Mtakatifu.

Tunapoondoa asili zote za dhambi kutoka katika mioyo yetu na kukuza moyo wa roho kwa msaada wa Roho Mtakatifu, matunda ya Roho Mtakatifu huanza kuonyesha maumbo yao. Lakini kama ambavyo kuiva na ukubwa wa zabibu ulivyotofauti katika shada moja, baadhi ya matunda ya Roho Mtakatifu yanaweza kuiva kabisa wakati matunda mengine ya Roho Mtakatifu yakawa bado. Mmoja anaweza akawa na tunda la upendo kwa wingi huku tunda lake la kuwa na kiasi likawa halikuiva vizuri. Au, tunda la uaminifu linaweza likawa limeiva ndani ya mtu na wakati huo huo tunda la upole likawa bado.

Hata hivyo, kadri muda unavyokwenda, kila zabibu huiva kabisa, na shada lote huwa na zabibu kubwa zilizoiva na nyeusi. Vivyo hivyo ikiwa tunazaa matunda yote ya Roho Mtakatifu kikamilifu, inamaanisha kuwa tumekuwa watu tuliokamilika kiroho, ambao Mungu anatamani awe nao. Watu kama hao watatoa harufu nzuri ya Kristo katika kila nyanja ya maisha yao. Wataisikia sauti ya Roho Mtakatifu na kuidhihirisha nguvu ya Roho Mtakatifu ili kumpa utukufu Mungu. Kwa kuwa wanafanana kabisa na Mungu, watapewa sifa ya kuwawezesha kuingia katika Yerusalemu Mpya, kilipo kiti cha enzi cha Mungu.

Matamanio ya Roho Mtakatifu na tamaa za mwili

Tunapojaribu kufuata matamanio ya Roho Mtakatifu, kuna aina nyingine ya matamananio ambayo hutusumbua. Hiyo ni tama za mwili. Tamaa za mwili hufuata uongo, ambao ni kinyume na Neno la Mungu. Hutufanya tuchukue mambo kama tamaa ya mwili, tamaa ya macho na kiburi cha uzima. Pia hutufanya tutende dhambi na kutenda uovu na uasi.

Hivi majuzi, mtu mmoja alinijia akaniomba nimwombee ili aache kuangalia mambo machafu. Alisema, mwanzoni alipoanza kuyatazama mambo hayo, hakuwa na lengo la kuyafurahia lakini alitaka kuelewa namna ambavyo mambo hayo huwaathiri watu. Lakini baada ya kutazama mara moja, wakati wote alikuwa anakumbushwa matukio katika filamu hizo na alitaka kuzitazama tena. Lakini ndani yake, Roho Mtakatifu alikuwa akimsihi asiangalie, na akahisi kusumbuka.

Katika hili, moyo wake ulifadhaika kupitia tamaa ya macho, yaani mambo aliyoyaona na kuyasikia kupitia macho na masikio yake. Ikiwa hatuwezi kukata tamaa hizi za mwili lakini tunaendelea kuzikubali, baada ya muda tutayachukua mambo yasiyo ya kweli mara mbili, tatu na nne na tutaendelea kuongeza.

Kwa sababu hii Wagalatia 5:16-18 inasema, "Basi nasema, Nendeni kwa Roho, wala hamtazitimiza kamwe tamaa za mwili. Kwa sababu mwili hutamani ukishindana na Roho, na Roho kushindana na mwili; kwa maana hizi zimepingana, hata hamwezi kufanya mnayotaka. Lakini mkiongozwa na Roho, hampo chini ya sheria."

Kwa upande mmoja, tunapofuata shauku/matamanio ya Roho Mtakatifu, tutakuwa na amani katika mioyo yetu na tutafurahi kwa sababu Roho Mtakatifu anafurahi. Kwa upande mwingine, tukizifuata tama za mwili, mioyo yetu itasumbuka kwa sababu Roho Mtakatifu huombeleza ndani yetu. Pia, tutapoteza ukamilifu wa Roho, na hivyo inakuwa vigumu zaidi kufuata matamanio ya Roho Mtakatifu.

Paulo alizungumza kuhusu hili katika Warumi 7:22-24 akisema, "Kwa maana naifurahia sheria ya Mungu kwa utu wa ndani, lakini katika viungo vyangu naona sheria iliyo mbali, inapiga vita na ile sheria ya akili zangu, na kunifanya mateka wa ile sheria ya dhambi iliyo katika viungo vyangu. Ole wangu, maskini mimi! Ni nani atakayeniokoa na mwili huu wa mauti?" Tunaweza kuwa watoto wa Mungu waliokoka au watoto wa giza wanaoifuata njia ya mauti, kwa kutegemea ikiwa tutafuata matamanio ya Roho Mtakatifu au tama za mwili.

Wagalatia 6:8 inasema, "Maana yeye apandaye kwa mwili wake, katika mwili wake atavuna uharibifu; bali yeye apandaye kwa Roho, katika Roho atavuna uzima wa milele." Tukizifuata tamaa za mwili, tutakuwa tunafanya kazi za mwili tu, ambazo ni dhambi na uasi na mwishowe hatutaingia katika ufalme wa mbinguni (Wagalatia 5:19-21). Lakini tukiyafuata matamanio ya Roho Mtakatifu, tutazaa matunda tisa ya Roho Mtakatifu (Wagalatia 5:22-23).

Tusichoke kutenda mema

Tunazaa matunda ya Roho na tunakuwa watoto halisi wa Mungu kwa kutegemea kiwango utendaji wetu katika imani, tukimfuata Roho Mtakatifu. Hata hivyo, katika mioyo ya mtu, kuna moyo wa kweli na moyo wa uongo. Moyo wa kweli hutuongoza tufuate shauku ya Roho Mtakatifu na tuishi kwa kulifuata Neno la Mungu. Moyo wa uongo hutufanya tufuate tama za mwili na tuishi gizani.

Kwa mfano, kuifanya Siku ya Bwana kuwa takatifu ni mojawapo ya Amri Kumi za Mungu ambazo watoto wake lazima wazitii. Lakini mwamini anayemiliki duka na mwenye imani dhaifu anaweza akawa na mgongano moyoni mwake akidhani kuwa atapoteza faida akifunga duka lake siku ya Jumapili. Hapa, tama za mwili zitamfanya awaaze, 'Je, nini kitatokea nikifunga duka langu kila siku ya Jumapili? Au, vipi nikihudhuria ibada ya asubuhi Jumapili na mke wangu akahudhuria ibada ya jioni ili tuuze kwa zamu dukani?' Lakini matakwa ya Roho Mtakatifu yatamsaidia kulitii Neno la Mungu kwa kumpa uelewa kama, "Nikiifanya Siku ya Bwana kuwa takatifu, Mungu atanipa faida zaidi kuliko nikifungua duka siku ya Jumapili."

Roho Mtakatifu hutusaidia katika udhaifu wetu na kutuombea kwa kuugua kusikoweza kutamkwa (Warumi 8:26). Tunapoufanyia kazi ukweli kwa kufuata msaada huu wa Roho Mtakatifu, tutakuwa na amani katika mioyo yetu, na imani yetu itakua siku baada ya siku.

Neno la Mungu lililoandikwa katika Biblia ni kweli usiobadilika; ni wema wenyewe. Neno hilo linawapa watoto wa Mungu uzima wa milele, na ni mwanga unaowaongoza kufurahia furaha ya milele. Watoto wa Mungu wanaoongozwa na Roho Mtakatifu wanapaswa kuisulubisha miili pamoja na shauku na matamanio yake. Wanapaswa pia kuyafuata matamanio ya Roho Mtakatifu kulingana na Neno la Mungu na wasikate tamaa katika kutenda mema.

Mathayo 12:35 inasema, "Mtu mwema katika akiba njema hutoa mema; na mtu mbaya katika akiba mbaya hutoa mabaya." Hivyo, tunatakiwa kuuondoa uovu katika mioyo yetu kwa kuomba kwa bidii huku tukiendelea kutenda kazi njema.

Na Wagalatia 5:13-15 inasema, "Maana ninyi, ndugu, mliitwa mpate uhuru; lakini uhuru wenu usiwe sababu ya kuufuata mwili, bali tumikianeni kwa upendo. Maana torati yote imetimilika katika neno moja, nalo ni hili, Umpende jirani yako kama nafsi yako.' Lakini mkiumana na kulana, angalieni msije mkaangamizana," na Wagalatia 6:1-2 inasema, "Ndugu zangu, mtu akishikwa katika kosa lolote, ninyi mlio wa Roho mrejesheni upya mtu kama huyo kwa roho ya upole, ukijiangalia nafsi yako usije ukajaribiwa wewe mwenyewe. Mchukuliane mizigo na hivyo kuitimiza sheria ya Kristo."

Tunapoyafuata hayo Maneno ya Mungu hapo juu, tunaweza kuzaa tunda la Roho kwa wingi na tukawa watu wa roho na watu wa roho yote. Ndipo, tutapokea kila kitu tunachoomba katika maombi yetu na kuingia Yerusalemu Mpya katika ufalme wa milele wa mbinguni.

1 Yohana 4:7-8

"Wapenzi, na mpendane; kwa kuwa pendo latoka kwa Mungu, na kila apendaye amezaliwa na Mungu, naye anamjua Mungu. Yeye asiyependa, hakumjua Mungu, kwa maana Mungu ni upendo."

Sura ya 2

Upendo

Kiwango cha juu cha upendo wa kiroho
Upendo wa kimwili hubadilika baada ya wakati fulani
Upendo wa kiroho hujitolea maisha yake
Upendo wa kweli kwa Mungu
Ili tuweze kuzaa tunda la upendo

Upendo

Upendo una nguvu sana kuliko watu watu wanavyofikiri. Kwa nguvu ya upendo, tunaweza kuwaokoa wale ambao vinginevyo wameachwa na Mungu na wanaifuata njia ya mauti. Upendo unaweza kuwapa nguvu na kuwatia moyo. Tukiyafunika makoza ya wengine kwa nguvu ya upendo, mabadiliko ya kushangaza yatatokea na baraka kuu zitatolewa, kwa sababu Mungu hutenda kazi katikati ya wema, upendo, kweli na haki.

Timu fulani ya uchunguzi wa kijamii ilifanya utafiti kwa wanafunzi 200 waliokuwa katika mazingira duni katika jiji la Baltimore. Timu hii ilihitimisha kwamba wanafunzi hawa walikuwa na nafasi ndogo na tumaini dogo la mafanikio. Lakini walipofanya utafiti miaka 25 baadaye, matokeo yalikuwa ya kushangaza. Wanafunzi 176 kati ya 200 walikuwa wamefanikiwa wakiwa wanasheria, madaktari matabibu, wahubiri au wafanya biashara. Watafiti walipowauliza ilikuwaje wakaweza kuyashinda mazingira mabaya waliyokuwa wakiishi, wote walitaja jina la mwalimu fulani. Mwalimu alipoulizwa aliwezaje kuleta mabadiliko kama hayo alijibu akasema, "Niliwapenda tu, na walijua hilo."

Sasa, upendo ni nini, ni tunda la kwanza kati ya matunda tisa ya Roho Mtakatifu?

Kiwango cha juu cha upendo wa kiroho

Kwa ujumla upendo unaweza kugawanywa katika makundi mawili, yaani upendo wa kimwili na upendo wa kiroho. Upendo wa kimwili hutafuta manufaa ya kibinafsi. Ni upendo usio na maana ambao hubadilika kutokana na wakati. Upendo wa kiroho, hata hivyo, hutafuta kuwanufaisha wengine na haubadiliki katika mazingira yoyote. 1 Wakorintho 13 inafafanua kuhusu upendo huu wa kiroho kwa undani.

"Upendo huvumilia, hufadhili; upendo hauhusudu; upendo hautakabari; haujivuni; haukosi kuwa na adabu; hautafuti mambo yake; hauoni uchungu; hauhesabu mabaya; haufurahii udhalimu, bali hufurahi pamoja na kweli; huvumilia yote; huamini yote; hutumaini yote; hustahimili yote" (kif. 4-7).

Sasa, inakuwaje, tunda la upendo katika Wagalatia 5 na upendo wa kiroho katika 1 Wakorintho 13 vinatofautiana? Upendo kama tunda la Roho Mtakatifu unajumuisha upendo wa kujitoa mhanga (dhabihu) ambao mtu anaweza kutoa uhai wake mwenyewe. Ni upendo ulio juu zaidi ya upendo ulio katika 1 Wakorintho 13. Ni kiwango cha juu zaidi cha upendo wa kiroho.

Ikiwa tutazaa tunda la upendo na tunaweza kuyatoa maisha yetu kwa ajili ya wengine, basi tunaweza kupenda kitu chochote na kumpenda mtu yeyote. Mungu alitupenda kwa kila kitu na Bwana alitupenda kwa uhai wake wote. Tukiwa na upendo huu ndani yetu, tunaweza kuyatoa maisha yetu kwa ajili ya Mungu, kwa ajili ya ufalme wake na haki yake. Zaidi ya hayo, kwa sababu tunampenda Mungu, tunaweza pia kuwa na kiwango cha juu cha upendo ili kutoa maisha yetu si tu kwa ajili ya ndugu wengine lakini pia hata kwa adui zetu wanaotuchukia.

1 Yohana 4:20-21 inasema, "Mtu akisema, Nampenda Mungu,

naye anamchukia ndugu yake, ni mwongo; kwa maana asiyempenda ndugu yake ambaye amemwona, hawezi kumpenda Mungu ambaye hakumwona. Na amri hii tumepewa na yeye, ya kwamba yeye ampendaye Mungu, ampende na ndugu yake." Hivyo, ikiwa tunampenda Mungu, tutampenda kila mtu. Ikiwa tunampenda Mungu, tutampenda kila mtu. Tukisema tunampenda Mungu huku tunamchukia mtu fulani, tunadanganya.

Upendo wa kimwili hubadilika baada ya wakati fulani

Mungu alipomuumba mtu wa kwanza, yaani Adamu, Mungu alimpenda kwa upendo wa kiroho. Alitengeneza bustani nzuri upande wa mashariki katika eneo la Edeni na akamweka aishi humo pasipo kupungukiwa kitu. Mungu alitembea pamoja naye. Mungu hakumpa Bustani ya Edeni tu, ambapo palipokuwa mahali pazuri pa kuishi, lakini pia mamlaka ya kutiisha na kutawala kila kitu hapa duniani.

Mungu alimpa Adamu upendo wa kiroho unaoongezeka. Lakini Adamu, hakuhisi upendo wa Mungu kwa hakika. Adamu hakuwa na uzoefu wa chuki au upendo wa kimwili unaobadilika, hivyo hakutambua jinsi upendo wa Mungu ulivyo wa thamani. Baada ya muda mrefu, mrefu sana kupita, Adamu alijaribiwa kupitia nyoka na akaliasi Neno la Mungu. Alikula tunda ambalo Mungu alikuwa amekataza (Mwanzo 2:17; 3:1-6).

Matokeo yake, dhambi iliingia katika moyo wa Adamu, na akawa mtu wa mwilini ambaye asingewasiliana na Mungu tena.

Mungu hakuweza kumruhusu aishi katika Bustani ya Edeni tena, kwa hiyo alifukuzwa kuja hapa duniani. Walipokuwa wanapitia ukuzaji wa kibinadamu (Mwanzo 3:23), wanadamu wote, ambao ni uzao wa Adamu walikuja kujua na kutambua uhalisia kwa kupata mambo tofauti ya upendo yaliyojulikana Edeni, kama vile chuki, wivu, maumivu, huzuni, ugonjwa na kujeruhiwa. Wakati huo huo walizidi kuwa mbali na upendo wa kiroho. Kadri mioyo yao ilivyochafuka na kuwa mioyo ya kimwili kutokana na dhambi upendo wao uligeuka kuwa upendo wa kimwili.

Muda mwingi umepita tangu anguko la Adamu, na leo, ni vigumu zaidi kupata upendo wa kiroho katika ulimwengu huu. Watu huonyesha upendo wao kwa njia mbalimbali, lakini upendo wao ni wa kimwili tu ambao hubadilika baada ya muda. Kadri muda unavyopita na mazingira yanavyobadilika, hubadili akili zao na kuwasaliti wapendwa wao kwa kufuata manufaa yao wenyewe. Pia hutoa pale wangine wanapotoa kwanza au ikiwa utoaji una manufaa kwao. Ikiwa unataka kupokea sawa na unavyotoa, au ikiwa unataka kuvunjika moyo ikiwa wengine hawakupi kila unachotarajia au unachotaka, pia ni upendo wa kimwili.

Mwanaume na mwanamke wanapokuwa wapenzi, wanaweza kusema 'tutapendana maisha yetu yote' na kwamba 'hawawezi kuishi wasipokuwa pamoja'. Hata hivyo, mara nyingi hubadili mawazo yao baada ya ndoa. Kadri muda unavyokwenda, huanza kuona jambo fulani wasilopenda kuhusu wenza wao. Huko nyuma, kila kitu kilionekana kizuri na walijaribu kuridhishana katika mambo yote, lakini hawawezi kufanya hivyo tena. Wanasumbuana au kutesana. Wanaweza kukasirika ikiwa mwenza wake hatafanya anachotaka. Miongo michache iliyopita, talaka lilikuwa tukio nadra kutokea, lakini sasa talaka zinatolewa kwa urahisi na mara tu baada ya talaka wengi huoana na mtu mwingine. Na bado kila wakati husema wanapendana kwa dhati. Ni upendo halisi wa kimwili.

Upendo kati ya wazazi na watoto hauna tofauti sana. Bila shaka, baadhi ya wazazi wanaweza hata kuyatoa maisha yao kwa ajili ya watoto wao, lakini hata wakifanya hivyo, wakiwapenda watoto wao jinsi hiyo, huo si upendo wa kiroho. Tukiwa na upendo wa kiroho, tunaweza kuonyesha upendo kama huo si kwa watoto wetu tu lakini kwa kila mtu. Lakini kadri ulimwengu unavyozidi kuwa na uovu, ni vigumu kupata wazazi wanaoweza kuyatoa maisha yao hata kwa watoto wao wenyewe. Wazazi wengi na watoto wana uadui kwa sababu ya pesa au kutokana na kutofautiana katika maoni.

Ikiwa ni hivyo, je, itakuwaje kwa ndugu wanaozaliwa tumbo moja au marafiki? Ndugu wengi huwa kama maadui wanapojihusisha katika masuala ya pesa. Jambo kama hili hutokea miongoni mwa marafiki. Wanapendana wakati mambo yanapokuwa mazuri na wanapokubaliana juu ya jambo fulani. Lakini upendo wao unaweza ukabadilika wakati wowote mambo yakiwa tofauti. Pia, mara nyingi, watu hupenda wapate malipo kutokana na wanachotoa. Wanapokuwa na hamasa, wanaweza kutoa pasipo kutaka kurudishiwa kitu chochote. Lakini hamasa inapopoa, hujutia ukweli kuwa walitoa lakini hawakupata kitu. Inamaanisha kuwa, walitoa ili wapate kitu. Upendo wa aina hii ni upendo wa kimwili.

Upendo wa kiroho hujitolea maisha yake

Ni jambo la kufurahisha ikiwa mtu anajitoa maisha yake kwa ajili ya mwingine anayempenda. Lakini, ikiwa tunajua kuwa tutajitoa maisha yetu kwa ajili ya mwingine inafanya iwe vigumu kumpenda mtu huyo. Kwa njia hii upendo wa mwanadamu ni mdogo.

Alikuwepo mfalme aliyekuwa na mwana mzuri sana. Katika ufalme wake, alikuwepo mwuaji mbaya sana aliyehukumiwa kifo. Njia pekee kwa mwuaji huyo kupona ilikuwa mtu mwingine asiye na hatia afe badala yake. Hapa, je, mfalme anaweza kumtoa mwanawe afe kwa ajili ya mwuaji? Jambo kama hilo halijawahi kutokea katika historia yote ya mwanadamu. Lakini Mungu Muumbaji, ambaye hawezi kulinganishwa na mfalme yeyote wa dunia hii, alimtoa Mwanawe wa pekee kwa ajili yetu. Anatupenda kiasi hicho (Warumi 5:8).

Kutokana na dhambi ya Adamu, wanadamu wote wanapitia mauti ili walipe deni la dhambi. Ili kuwaokoa wanadamu na kuwaongoza mbinguni, tatizo lao la dhambi ilikuwa lazima litatuliwe. Ili kutatua shida hii ya dhambi iliyosimama kati ya Mungu na wanadamu, Mungu alimtuma Mwanawe wa pekee Yesu kulipa deni la dhambi zetu.

Wagalatia 3:13 inasema, "Amelaaniwa kila mtu aangikwaye juu ya mti." Yesu alitundikwa juu ya msalaba wa mbao ili atuweke huru kutokana na laana ya sheria inayosema, "Mshahara wa dhambi ni mauti" (Warumi 6:23). Pia, kwa sababu hakuna msamaha pasipo kumwaga damu (Waebrania 9:22), alimwaga maji yote na damu yake yote. Yesu aliadhibiwa badala yetu, na yeyote anayemwamini anaweza kusamehewa dhambi zake na kupata uzima wa milele.

Mungu alijua kwamba wanye dhambi wangemtesa Yesu na kumdhihaki na mwishowe wangemsulubisha, ambaye ni Mwana wa Mungu. Hata hivyo, ili kuwaokoa wanadamu wenye dhambi ambao hatima yao ni mauti ya milele, Mungu alimtuma Yesu hapa duniani.

Katika 1 Yohana 4:9-10 Biblia inasema, "Katika hili pendo la Mungu lilionekana kwetu, kwamba Mungu amemtuma Mwanawe pekee ulimwenguni, ili tupate uzima kwa yeye. Hili ndilo pendo, si kwamba sisi tulimpenda Mungu, bali kwamba yeye alitupenda sisi, akamtuma Mwanawe kuwa kipatanisho kwa dhambi zetu."

Mungu aliuthibitisha upendo wake kwetu kwa kumtoa mwanawe wa pekee Yesu aangikwe msalabani. Yesu alionyesha upendo wake kwa kujitoa mhanga msalabani ili kuwaokoa wanadamu kutokana na dhambi zao. Upendo huu wa Mungu, aliouonyesha kupitia kwa kumtoa Mwanawe, ni upendo wa milele usiobadilika na unaotoa maisha ya mtu mpaka tone la mwisho la damu.

Upendo wa kweli kwa Mungu

Je, sisi pia tunaweza kuwa na kiwango kama hicho cha upendo? 1 Yohana 4:7-8 inasema, "Wapenzi, na mpendane; kwa kuwa pendo latoka kwa Mungu, na kila apendaye amezaliwa na Mungu, naye anamjua Mungu. Yeye asiyependa, hakumjua

Mungu, kwa maana Mungu ni upendo."

Ikiwa tunajua si kama ujuzi wa akili tu, lakini tunahisi kwa ndani katika mioyo yetu aina ya upendo aliotupa Mungu, kwa kawaida tutampenda Mungu kwa dhati. Katika maisha yetu ya Kikristo, huenda tukakumbana na majaribu ambayo ni magumu kuyavumilia, au huenda tukakumbanana na hali ambayo tunaweza kupoteza kila kitu tulicho nacho na vitu vyetu vyote vya thamani. Hata katika hali hizo, mioyo yetu haitatikiswa wakati wote alimradi tuna upendo wa kweli ndani yetu.

Nilikuwa karibu niwapoteze binti zangu wote watatu. Zaidi ya miaka 30 iliyopita nchini Korea, watu wengi walitumia makaa ya mawe kwa ajili ya kupata joto. Gesi ya makaa (carbon monoxide) inayotokana na makaa ya mawe ilisababisha ajali mara kwa mara. Ilikuwa muda mfupi baada ya kufungua kanisa na nyumba yangu ya kuishi ilikuwa chini ya jengo la kanisa. Binti zangu watatu, na mvulana mmoja walivuta hewa ya sumu iliyotokana na gesi hii. Waliivuta usiku kucha, na ilionekana hakuna matumaini ya wao kuweza kupona.

Nilipowaona binti zangu ambao hawakuwa wanajitambua, sikuhuzunika wala kulalamika. Nilikuwa nashukuru nikiwaza kuwa wanakwenda kuishi mbinguni kuzuri kwenye amani kusiko machozi, huzuni au maumivu. Lakini kwa sababu mvulana wangu alikuwa mshirika kanisani, nilimwomba Mungu amponye ili Mungu asidhihakiwe. Nilimwekea mikono yangu na nikamwombea. Kisha nikamwombea binti yangu wa tatu na aliyekuwa mdogo zaidi. Nilipokuwa ninamwombea binti yangu wa tatu, yule mvulana alizinduka. Nilipokuwa ninamwombea binti wa pili, yule binti yangu wa tatu alizinduka. Baada ya muda mfupi, binti yangu wa pili na wa kwanza walizinduka na fahamu zao zikarejea. Hawakuwa na madhara yoyote na mpaka hivi leo wana afya njema. Wote watatu wanahudumu kama wachungaji kanisani.

Tukimpenda Mungu, upendo wetu hautabadilika katika mazingira ya aina yo yote. Tumekwisha pokea upendo wake wa kumtoa Mwanawe wa pekee, hivyo hatuna sababu yoyote ya kumchukia au kuutilia shaka upendo wake. Tunaweza kumpenda tu pasipo kubadilika. Tunaweza kuuamini upendo wake tu kwa ukamilifu na kuwa waaminifu kwake kwa maisha yetu.

Tabia hii haitabadilika tunapotunza nafsi zingine, pia. . 1 Yohana 3:16 inasema, "Katika hili tumelifahamu pendo, kwa kuwa yeye aliutoa uhai wake kwa ajili yetu; imetupasa na sisi kuutoa uhai wetu kwa ajili ya hao ndugu." Ikiwa tutakuza na upendo wa kweli kwa Mungu, tutawapenda ndugu zetu kwa upendo wa kweli. Inamaanisha kuwa hatutakuwa na shauku ya kujitafutia upendo wetu wenyewe, na hivyo tutatoa kila kitu tulichonacho na hatutataka turudishiwe kitu chochote. Tutajitoa kwa nia safi na kutoa mali zetu kwa ajili ya wengine.

Nimepitia majaribu mengi kadri nilivyoenenda katika njia ya imani mpaka hivi leo. Nilisalitiwa na watu ambao niliwapa vitu vingi au wale niliowaona kama watu wa familia yangu mwenyewe. Wakati mwingine watu walinielewa vibaya na wakaninyooshea vidole

Hata hivyo, niliwatendea mema tu. Niliweka kila kitu

mikononi mwa Mungu na nikaomba kwamba atawasamehe watu kama hao kwa upendo wake na huruma zake. Sikuwachukia hata wale waliolitaabisha kanisa na kulisababishia magumu na kisha wakaondoka. Nilitaka watubu kisha warudi kanisani. Watu wale walipotenda maovu mengi, ilinisababishia majaribu makali. Hata hivyo, niliwatendea mema tu kwa sababu niliamini Mungu ananipenda, na kwa sababu niliwapenda kwa upendo wa Mungu.

Ili tuweze kuzaa tunda la upendo

Tunaweza kuzaa tunda la upendo kwa kiwango cha kutakasa mioyo yetu na kutupilia mbali dhambi, uovu na uasi kutoka katika mioyo yetu. Upendo wa kweli huja kutoka kwenye moyo usio na uovu. Tukiwa na upendo wa kweli, tunaweza kuwapa wengine amani kila wakati na hatuwezi kuwapa wakati mgumu au kuwatwika mizigo mizito wengine. Tutaielewa pia mioyo ya wengine na tutawahudumia. Tutaweza kuwapa furaha na kuruhusu nafsi zao zistawi ili ufalme wa Mungu upanuliwe.

Katika Biblia, tunaweza kuona aina ya upendo ambao baba aliukuza. Musa aliwapenda watu wake, Israeli, kiasi kwamba alitaka kuwaokoa hata ikiwa jina lake lingefutwa katika kitabu cha uzima (Kutoka 32:32).

Mtume Paulo pia alimpenda Bwana kwa akili isiyobadilika tangu alipokutana naye. Akawa mtume kwa Mataifa, na akaokoa nafsi nyingi na akaanzisha makanisa mengi kupitia safari zake tatu za umisionari. Ijapokuwa alipitia katika njia ya kuchosha na ya hatari, alimhubiri Yesu Kristo mpaka alipouawa huko Rumi.

Vilikuwepo vitisho vya mara kwa mara na mateso na

usumbufu kutoka kwa Wayahudi. Alipigwa na kufungwa gerezani. Alihangaika baharini usiku na mchana baada ya meli kukumbwa na dhoruba kali. Hata hivyo, hakujutia njia aliyoichagua. Badala ya kujijali mwenyewe alikuwa na wasiwasi kuhusu kanisa na waamini ijapokuwa alikuwa anapitia shida nyingi.

Alielezea hisia zake katika 2 Wakoritho 11:28-29, inayosema, "Mbali na mambo ya nje, yako yanijiayo kila siku, ndiyo maangalizi ya makanisa yote. Ni nani aliye dhaifu, nisiwe dhaifu nami? Ni nani aliyekwazwa nami nisichukiwe?"

Mtume Paulo hakuyathamini sana maisha yake kwa sababu alikuwa na upendo mwingi kwa nafsi za watu. Upendo wake mkuu unaelezewa vizuri katika Warumi 9:3. Inasema, "Kwa maana ningeweza kuomba mimi mwenyewe niharimishwe na kutengwa na Kristo kwa ajili ya ndugu zangu, jamaa zangu kwa jinsi ya mwili." Hapa, 'jamaa zangu' haimaanishi ukoo au jamaa. Inarejelea Wayahudi wote pamoja na wale waliokuwa wanamtesa.

Alikuwa tayari kwenda Jehanamu kwa niaba yao, ili aweze kuwaokoa watu hao. Hii ndiyo aina ya upendo aliokuwa nao. Pia, kama ilivyoandikwa katika Yohana 15:13, "Hakuna aliye na upendo mwingi kuliko huu, wa mtu kuutoa uhai wake kwa ajili ya rafiki zake," mtume Paulo alithibitisha kiwango chake cha juu cha upendo kwa kuifia imani.

Baadhi ya watu husema wanampenda Bwana lakini hawawapendi ndugu zao katika imani. Ndugu hawa hata sio adui zao wala hawahitaji maisha ya mtu yeyote. Lakini wana migogoro miongoni mwao na huwa hisia mbaya dhidi ya kila mmoja wao juu ya mambo yasiyo ya maana. Hata wakati wa kufanya kazi ya Mungu, hujisikia vibaya maoni yao yasipokubalika. Watu wengine hawajali kuhusu watu wengine ambao roho zao zinanyauka na kufa. Basi, tunaweza kusema kuwa watu hao wanampenda Mungu?

Wakati mmoja nilitabiri mbele za kanisa lote. Nilisema, "Ikiwa nitaweza kuokoa nafsi elfu moja, nitakuwa radhi kwenda Jehanamu badala yao." Bila shaka yoyote, ninajua vizuri Jehanamu ni mahali pa namna gani. Sitafanya jambo lolote litakalonifanya nienda Jehanamu. Lakini ikiwa mimi kwenda Jehanamu kutaziokoa nafsi zinazokwenda huko, nitakuwa radhi kwenda badala yao.

Nafsi hizo elfu moja zinaweza kuwa ni pamoja na washirika wa kanisani kwetu. Inaweza ikawa washirika au viongozi wa kanisa ambao hawachagui ukweli bali huifuata njia ya mauti hata baada ya kusikia maneno ya kweli na kushuhudia kazi za nguvu za Mungu. Pia, wanaweza kuwa watu wanaolitesa kanisa letu kwa kutoelewa kwao na wivu wao. Au, zinaweza kuwa nafsi zilizo Afrika zinazoteseka kutokana na vita vya wenyewe kwa wenyewe, njaa na umaskini.

Kama vile Yesu alikufa kwa ajili yangu, ninaweza kuyatoa maisha yangu kwa ajili yao pia. Si kwa sababu ninawapenda kama sehemu ya wajibu wangu, ninawapenda kwa sababu tu Neno la Mungu linasema ni lazima tupende. Ninayatoa maisha yangu yote kila siku ili kuwakokoa, kwa sababu ninawapenda kuliko maisha yangu na si kwa maneno tu. Ninayatoa maisha yangu yote kwa sababu ninajua ni shauku kubwa zaidi ya Mungu Baba aliyenipenda mimi.

Moyo wangu umejaa mawazo kama, 'Ninawezaje kuhubiri injili sehemu nyingi zaidi?' 'Ninawezaje kuonyesha matendo makubwa ya nguvu za Mungu ili watu wengi waweze kuamini?' 'Ninawezaje kuwafanya waelewe mambo yasiyo ya maana ya ulimwengu huu na kuwaongoza kuupata ufalme wa mbinguni?'

Hebu tuangalie nyuma kuhusu kiasi cha upendo wa Mungu uliotengenezwa ndani yetu. Ni upendo ambao kwa huo alimtoa Mwanawe wa pekee. Ikiwa tumejaa upendo wake, tutampenda Mungu na tutazipenda nafsi za watu kwa mioyo yetu yote. Huu ni upendo wa kweli. Na, ikiwa tutaukuza upendo huu kwa ukamilifu, tutaweza kuingia katika Yerusalemu Mpya, ambao ni kama uoevu wa kraistaloidi ya upendo. Ninatumaini ninyi nyote mtaushiriki upendo wa milele na Baba Mungu na Bwana huko.

Wafilipi 4:4

"Furahini katika Bwana sikuzote; tena nasema, Furahini!"

Sura ya 3

Furaha

Tunda la furaha
Sababu zinazofanya furaha ya upendo wa kwanza itoweke
Furaha ya kiroho inapozaliwa
Ikiwa unataka kuzaa tunda la furaha
Kuomboleza hata baada ya kuzaa tunda la furaha
Kuwa na mtazamo chanya na ufuate wema katika mambo yote

Furaha

Kicheko hupunguza msongo, hasira na wasiwasi na hivyo huchangia kuzuia shambulio la mshtuko wa moyo na kifo cha ghafla. Pia kinaboresha kinga ya mwili, hivyo kina madhara chanya katika kuzuia maambukizi kama ya mafua au hata magonjwa kama kansa na magonjwa yanayosababishwa na mtindo wa maisha. Hakika kicheko kina madhara mazuri kwa afya yetu, na Mungu anatuelewa tufurahi daima. Watu wengine wanaweza kusema, "Ninawezaje kufurahi wakati hakuna kitu cha kufurahia?" Lakini, watu wa imani daima wanaweza kufurahi katika Bwana kwa sababu wanaamini Mungu atawasaidia katika shida, na hatimaye wataongozwa kuingia katika ufalme wa mbinguni kuliko na furaha ya milele.

Tunda la furaha

Furaha ni "bashasha au ukunjufu wa moyo au roho." Furaha ya kiroho, hata hivyo, si tu kuwa na bashasha zaidi. Hata watu wasioamini hufurahi mambo yanapokuwa mazuri, lakini furaha hii ni ya muda tu. Furaha yao hutoweka mambo yanapokuwa magumu. Lakini ikiwa tunazaa tunda la furaha katika mioyo yetu tutafurahia na kushukuru katika kila hali.

1 Wathesalonike 5:16-18 inasema,"urahini siku zote; ombeni bila kukoma; shukuruni kwa kila jambo; maana hayo ni mapenzi ya Mungu kwenu katika Kristo Yesu" Furaha ya kiroho ni kufurahi kila siku na kushukuru katika hali zote. Furaha ni mojawapo ya makundi ya wazi zaidi ambayo tunaweza kupima na kuchunguza aina ya maisha ya Kikristo tunayoishi.

Baadhi ya waamini huiendea njia ya Bwana wakiwa na furaha

na raha wakati wote wakati baadhi ya wengine hawana furaha ya kweli na shukrani kutoka katika mioyo yao, ingawa wanaweza wakawa wanajaribu kwa bidii katika imani zao. Wanahuduria ibada, wanaomba na kutimiza majukumu ya kanisa, lakini wanafanya shughuli zote hizi kama vile wajibu wao tu. Na wakikabiliana na tatizo lolote, wanapoteza amani kidogo waliyo nayo na mioyo ua inatetemeka kwa hofu.

Ikiwa kuna tatizo ambalo huwezi kulitatua wewe mwenyewe kwa nguvu zako, hiki ni kipindi ambacho unaweza kuchunguza ikiwa unafurahia sana kutokea katika kilindi cha moyo wako. Katika hali kama hiyo, kwa nini usitazame kioo? Kinaweza pia kikawa kipimo cha kuangalia ni kwa kiasi gani umezaa tunda la furaha. Kwa kweli, neema ya Yesu Kristo kutuokoa kupitia damu yake ni hali ya kutosha sana kwetu sisi kufurahi wakati wote. Hatima yetu ilikuwa kuangukia katika moto wa milele Jehanamu, lakini kupitia damu ya Yesu Kristo tuliwezeshwa kuingia katika ufalme wa mbinguni kwa furaha na amani. Ukweli huu peke yake unaweza kutupa furaha isiyo na kifani.

Baada ya kutoka Misri, wana wa Israeli walipovuka Bahari ya Shamu kama nchi kavu na wakawekwa huru dhidi ya jeshi la Wamisri lililokuwa linawafuatia, walifurahi sana. Wanawake walipiga matari na kucheza wakiwa wamejaa furaha na watu wote walimsifu Mungu (Kutoka 15:19-20).

Vivyo hivyo, mtu anapomkea Bwana, anakuwa na furaha isiyoelezeka kwa kuokolewa na daima anaweza kuimba sifa kwenye midomo yake hata kama amechoshwa na kazi za siku nzima. Hata kama anateseka kwa ajili ya jina la Bwana au anapitia magumu pasipo sababu ya maana, anakuwa na furaha tu akiwazia ufalme wa mbinguni. Ikiwa furaha hii inaendelea na kuimarishwa, atazaa tunda la furaha kabisa.

Sababu zinazofanya furaha ya upendo wa kwanza itoweke

Hata hivyo, kiuhalisia, si watu wengi wanaotunza furaha ya upendo wao wa kwanza. Muda fulani baada ya kumpokea Bwana, furaha hutoweka na hisia zao kuhusu neema ya wokovu hubadilika na kuwa tofauti na zile za kwanza. Mwanzoni walikuwa na furaha hata katika shida wakifikiri kumhusu Bwana, lakini baadaye wanaanza kulalamika na kuomboleza mambo yanapokuwa magumu. Ni kama wana wa Israeli ambao kwa haraka walisahau furaha waliyokuwa nayo walipovuka bahari ya Shamu na wakamlalamikia Mungu na kumpinga Musa kwa sababu ya mambo machache magumu waliyoyapitia.

Kwa nini watu hubadilika namna hii? Ni kwa sababu wana mwili katika mioyo yao. Hapa mwili una maana ya kiroho.. Unamaanisha asili au tabia ambazo ni kinyume na roho. 'Roho' ni kitu ambacho ni cha Mungu Muumba, ambacho ni kizuri na hakibadiliki, ilhali 'mwili' ni sifa za mambo yaliyotengwa mbali na Mungu. Ni mambo yatakayoharibika, machafu, na yatakayotoweka. Hivyo, kila aina ya dhambi kama vile uasi, uovu na uongo ni mwili. Wale wenye sifa kama hizo za mwili watapoteza furaha yao ambayo wakati fulani ilijaa kabisa katika mioyo yao. Pia, kwa sababu wana asili ya kubadilika, adui ibilisi na

Shetani hujaribu kusababisha hali kuwa mbaya kwa kuvuruga hali hiyo ya asili.

Mtume Paulo alipigwa na kufungwa gerezani alipokuwa akihubiri injili. Lakini alipokuwa anaomba na kumsifu Mungu bila kuhofia kitu chochote, tetemeko kuu lilitokea na milango ya gereza ikafunguka. Zaidi ya hayo, kupitia tukio hili, aliwahubiri watu wengi wasioamini. Hakupoteza furaha yake katika shida yoyote na aliwashauri waamini kwa kusema, "Furahini katika Bwana sikuzote; tena nasema, Furahini. Upole wenu na ujulikane na watu wote. Bwana yuko karibu. Msijisumbue kwa neno lolote; bali katika kila neno kwa kusali na kuomba, pamoja na kushukuru, haja zenu na zijulikane na Mungu." (Wafilipi 4:4-6).

Ikiwa uko katika hali mbaya kama kwamba unaning'inia kwenye ncha ya kilima, kwa nini usiombe maombi ya kushukuru kama mtume Paulo? Mungu atafurahishwa na tendo lako la imani na atakutendea mema katika kila kitu.

Furaha ya kiroho inapozaliwa

Daudi alipigana vita kwa ajili ya nchi yake tangu alipokuwa kijana. Alifanya huduma za kuheshimika katika vita mbalimbali. Mfalme Sauli alipokuwa anateswa na pepo wabaya, alipiga kinubi ili kumpa amani mfalme. Hakuvunja amri yoyote ya mfalme. Hata hivyo, Mfalme Sauli hakuwa na shukrani kwa huduma ya Daudi, lakini alimchukia Daudi kwa sababu alimwonea wivu. Kwa sababu Daudi alipendwa na watu, Sauli aliogopa kwamba kiti chake cha enzi kingechukuliwa, na alimtafuta Daudi akiwa na jeshi lake ili amwue.

Katika hali kama hayo, bila shaka Daudi alikuwa hana budi kumkimbia Sauli. Wakati mmoja, katika hali ya kuyanusuru maisha yake akiwa nchi ya kigeni, alilazimika kujifanya kichaa. Ungekuwa wewe uko katika mazingira hayo ungejisikiaje? Daudi hakuhuzunishwa na hali hiyo lakini alifurahi. Alikiri imani yake kwa Mungu kwa kuimba zaburi nzuri.

"BWANA ndiye mchungaji wangu, Sitapungukiwa na kitu.
Katika malisho ya majani mabichi hunilaza,
Kando ya maji ya utulivu huniongoza.
Hunihuisha nafsi yangu;
na kuniongoza katika njia za haki
kwa ajili ya jina lake.
Naam, nijapopita kati ya
bonde la kivuli cha mauti,
Sitaogopa mabaya; Kwa maana Wewe upo pamoja nami,
Gongo lako na fimbo yako vyanifariji.
Waandaa meza mbele yangu,
Machoni pa watesi wangu.
Umenipaka mafuta kichwani pangu;
Na kikombe changu kinafurika.
Hakika wema na fadhili zitanifuata
Siku zote za maisha yangu;
Nami nitakaa nyumbani mwa BWANA milele."
(Zaburi 23:1-6).

Uhalisia ulikuwa kama barabara ya miiba, lakini Daudi alikuwa na kitu kikubwa ndani yake. Ulikuwa upendo wake kwa

Mungu unaowaka na uaminifu katika Mungu usiobadilika. Hakuna kitu ambacho kingeichukua furaha iliyokuwa inatoka katika kina cha moyo wake. Daudi bila shaka alikuwa ni mtu ambaye alikuwa amezaa tunda la furaha.

Kwa miaka arobaini na mmoja tangu nimpokee Bwana, sijawahi kupoteza furaha ya upendo wangu wa kwanza. Bado ninaishi nikiwa na shukrani kuu. Niliteseka kwa magonjwa mengi sana kwa miaka saba, lakini nguvu ya Mungu iliniponya magonjwa hayo yote mara moja. Mara tu nilipokuwa Mkristo na nikaanza kufanya kazi kwenye maeneo ya ujenzi. Nilikuwa na fursa ya kupata kazi nzuri zaidi lakini nilichagua kufanya kazi ngumu kwa sababu ilikuwa njia pekee ya kwangu kuifanya Siku ya Bwana kuwa takatifu.

Kila siku niliamka saa kumi alfajiri na nikahudhuria maombi ya alfajiri. Kisha nilikwenda kazini nikiwa nimebeba chakula cha mchana. Ilichukua kama saa moja na nusu kwa basi kufika kazini. Nililazimika kufanya kazi kuanzia asubuhi hadi jioni pasipo kupata mapumziko ya kutosha. Ilikuwa kazi ngumu sana. Nilikuwa sijawahi kufanya kazi ngumu na zaidi ya hilo nilikuwa mgonjwa kwa miaka mingi, hivyo haikuwa kazi rahisi kwangu.

Ningerudi nyumbani yapata saa nne usiku, baada ya kazi. Ningeoga, na kula chakula cha jioni, ningesoma Biblia kabla sijaenda kulala kama saa sita usiku hivi. Mke wangu pia alikuwa anafanya biashara ya mauzo ya nyumba kwa nyumba ili tuweze kuishi, lakini ilikuwa vigumu kwetu kulipa riba ya deni tulilokuwa nalo katika kipindi nilichokuwa mgonjwa. Kusema kweli, tulikuwa tunaishi kwa shida sana. Hatukuweza kukimu mahitaji yetu vizuri. Ijapokuwa nilikuwa katika hali ngumu kifedha, daima moyo wangu ulijaa furaha na nilihubiri injili kila wakati nilipopata nafasi ya kufanya hivyo.

Ningesema, "Mungu yu hai! Nitazameni! Nilikuwa nasubiri kifo tu, lakini nguvu ya Mungu iliniponya kabisa na nimekuwa mzima hivi!"

Uhalisia ulikuwa mgumu na nilikuwa na changamoto za kifedha, lakini daima nilishukuru kwa sababu ya upendo wa Mungu aliyeniokoa dhidi ya kifo. Moyo wangu pia ulijaa tumaini la Mbinguni. Baada ya kupata wito wa Mungu ili niwe mchungaji, niliteseka kwa magumu na mambo mengi yasiyo ya haki ambayo mwanadamu hawezi kuyavumilia na hata hivyo furaha na shukrani yangu haikupoa.

Je, iliwezekanaje? Ni kwa sababu hali ya shukrani ya moyo huzaa shukrani zaidi. Mara zote ninatafuta mambo ya kumshukuru Mungu na kufanya maombi ya kumshukuru Mungu. Na si maombi ya shukrani tu, ninafurahia kutoa sadaka ya shukrani kwa Mungu. Mbali na sadaka za shukrani ambazo huwa ninamtolea Mungu katika kila ibada, huwa ninamtolea Mungu sadaka za shukrani kwa bidii kwa mambo mengine. Ninamshukuru Mungu kwa ajili ya washirika wanaokua katika imani; kwa kuniwezesha kufanya mikutano mikubwa ya injili nje ya nchi; kwa kulikuza kanisa, n.k. Huwa ninafurahia kutafuta hali zinazonifanya nimshukuru Mungu.

Hivyo, Mungu alinipa baraka na neema bila kukoma ili niendelee kutoa shukrani tu. Ikiwa ningetoa shukrani mambo yalipokuwa mazuri tu na singetoa shukrani lakini nikalalamika mambo yalipokuwa mabaya, nisingekuwa na furaha ninayoifurahia sasa.

Ikiwa unataka kuzaa tunda la furaha

Kwanza, ni lazima uache mambo ya mwilini.

Ikiwa hatuna husuda au wivu, tutafurahi wengine wanaposifiwa au kubarikiwa kama kwamba ni sisi ndio tunaosifiwa na kubarikiwa. Kinyume chake, tutakuwa na wakati mgumu kuona wengine wanabarikiwa na kufanikiwa kiasi cha kuwa na husuda na wivu. Tunaweza tusiwe na hisia nzuri kuhusu wengine, au tunaweza kupoteza furaha na kuvunjika moyo kwa sababu ya kujisikia duni kwa sababu wengine wanainuliwa.

Pia, ikiwa hatuna hasira au uchungu, tutakuwa na amani pekee hata kama tutatendewa kwa ukatili au kuharibiwa jina. Tunakuwa na hasira na kukata tamaa kwa sababu tuna mwili ndani yetu. Mwili huu ni mzigo unaotufanya tuhisi tumebeba mizigo moyoni. Ikiwa tuna asili ya kujinufaisha sisi wenyewe, tutajisikia vibaya sana na kuumia inapoonekana kuwa tumepoteza zaidi kuliko wengine.

Kwa sababu tuna sifa za kimwili ndani yetu, adui ibilisi na shetani huamsha asili hizi za mwilini ili kutengeneza mazingira ambamo hatuwezi kufurahi. Kwa kiwango ambacho tuna mwili, hatuwezi kuwa na imani ya kiroho na tutakuwa na wasiwasi zaidi na mashaka na kushindwa kumtegemea Mungu. Lakini wale wanaomtegemea Mungu wanaweza kufurahi hata kama hawana chakula leo. Hii ni kwa sababu Mungu alituahidi kwamba angetupa mahitaji yetu tukiutafuta ufalme wake na haki yake kwanza (Mathayo 6:31-33).

Wale wenye imani ya kweli wataweka kila jambo mikononi mwa Mungu kupitia maombi ya shukrani katika kila jambo gumu. Watatafuta haki na ufalme wa Mungu kwa moyo wa amani na kisha watamwomba Mungu akimu mahitaji yao. Lakini wale wasiomtegemea Mungu lakini wanategemea fikra na mipango yao watakuwa na hali ya wasiwasi. Wale wanaofanya biashara wanaweza kuongozwa katika njia za mafanikio na wakapokea baraka ikiwa wataisikia sauti ya Roho Mtakatifu kwa uwazi na kuifuata. Lakini kadri wanavyokuwa walafi, kukosa uvumilivu, na mawazo ya uwongo, hawawezi kuisikia sauti ya Roho Mtakatifu na watakumbana na mambo magumu. Kwa muhtasari, sababu ya msingi inayofanya tupoteze furaha ni tabia za mwili tulizo nazo katika mioyo yetu. Tutakuwa na furaha na shukrani zaidi ya kiroho, na mambo yote yatatuendea vizuri kwa kiwango ambacho tutauondoa mwili kutoka katika mioyo yetu.

Pili, ni lazima tufuate matamanio ya Roho Mtakatifu katika mambo yote

Furaha tunayoitafuta si furaha ya kidunia lakini ni furaha inayotoka juu, yaani furaha ya Roho Mtakatifu. Tunaweza kuwa na furaha na tukafurahi pale tu Roho Mtakatifu aliye ndani yetu anapofurahi. Zaidi ya yote, furaha ya kweli huja tunapomwabudu Mungu kwa mioyo yetu, tunapomwomba na kumsifu yeye, na kulishika Neno lake.

Pia, ikiwa tutatambua mapungufu yetu kupitia msukumo wa Roho Mtakatifu na kuyaboresha, tutafurahi sana! Tunaweza kuwa na furaha zaidi na wenye shukrani tunapopata 'utu' wetu mpya ulio tofauti na ule tuliokuwa nao kwanza. Furaha inayotolewa na Mungu haiwezi kulinganishwa na furaha yoyote ya ulimwengu, na hakuna anayeweza kuiondoa.

Tunaweza kufuata shauku ya Roho Mtakatifu au tamaa za mwili, kwa kutegemea aina ya chaguzi tunazofanya katika maisha yetu ya kila siku. Tukifuata shauku ya Roho Mtakatifu kila wakati, Roho Mtakatifu hufurahi ndani yetu na hutujaza furaha. Katika 3 Yohana 1:4 Biblia inasema, "Sina furaha iliyo kuu kuliko hii, kusikia ya kwamba watoto wangu wanakwenda katika kweli." Kama inavyosema, Mungu hufurahi na hutupa furaha katika ukamilifu wa Roho Mtakatifu tunapotenda kuwa kufuata ukweli.

Kwa mfano, ikiwa shauku ya kujitafutia faida yetu wenyewe itagongana na shauku ya kutafuta faida ya wengine, na mgongano huu uendelee, basi tutapoteza furaha. Kisha, ikiwa tutajitafutia faida yetu wenyewe, inaonekana kuwa tunaweza kuchukua kile tulichotaka, lakini hatutapata furaha ya kiroho. Lakini, badala yake, tutakuwa na dhiki ya dhamiri au mateso mioyoni mwetu. Kwa upande mwingine, ikiwa tutatafuta faida kwa ajili ya wengine, itaonekana kama vile tunapoteza kwa muda, lakini tutapata furaha kutoka juu kwa sababu Roho Mtakatifu anafurahi. Wale tu ambao kwa hakika waliihisi furaha hiyo wataelewa jinsi furaha hiyo ilivyo nzuri. Ni aina ya furaha ambayo hakuna mtu yeyote ulimwenguni anaweza kuitoa au kuielewa.

Kuna hadithi ya ndugu wawili. Mkubwa haondoi vyombo baada ya kula. Hivyo, daima mdogo husafisha meza baada ya kula, na hilo linamfanya asijihisi vizuri. Basi siku moja, baada ya mkubwa kula na kuanza kuondoka, mdogo alisema, "Unatakiwa usafishe vyombo vyako." Pasipo kusita yule mkubwa akajibu, "Unaweza kuvisafisha," kisha akaondoka na kwenda chumbani kwake. Yule mdogo hakupenda hali ile, lakini ndugu yake alikuwa ameshaondoka.

Mdogo alijua kuwa ndugu yake hakuwa na mazoea ya kumwoshea vyombo vyake. Hivyo, yule mdogo anaweza kumtumikia ndugu yake mkubwa kwa furaha kwa kuviosha vyombo vyote yeye mwenyewe. Sasa, unaweza ukafikiri kuwa daima mdogo atakuwa hana budi kuosha vyombo, na mkubwa hatajaribu kusaidia katika hali hiyo. Lakini tukitenda kwa wema, Mungu ndiye atakayebadilisha mambo. Mungu ataubadilisha moyo wa ndugu mkubwa ili awaze, 'Ninasikitika nimemfanya ndugu yangu aoshe vyombo kila wakati. Kuanzia sasa, nitaosha vyombo vyote, vyangu na vyake.'

Kama ilivyo katika mfano huu, tukizifuata tamaa za mwili kwa sababu tu ya faida za muda mfupi, daima kutakuwa na hali isiyopendeza na mikwaruzano. Lakini tutakuwa na furaha ikiwa tutawahudumia wengine kutoka moyoni kwa kufuata shauku ya Roho Mtakatifu.

Kanuni hiyo hiyo inatumika katika kila jambo. Unaweza ukawa uliwahukumu wengine kwa vigezo vyako, Lakini ukibadili moyo wako na kuwaelewa wengine katika wema, utakuwa na amani. Je, utafanya nini utakapokutana na mtu mwenye mtazamo tofauti na wa kwako au mtu mwenye mawazo tofauti na yako? Je, utajaribu kumkwepa, au utamsalimu kwa tabasamu? Kwa mtazamo wa wale wasio waamini, inaweza kuwa vizuri kwao kuwakwepa na kuwapuuzilia mbali wale wasiowapenda kuliko kujaribu kuwatendea mazuri.

Lakini wale wanaofuata shauku ya Roho Mtakatifu watawapa tabasamu watu hao kwa moyo wa utumishi. Tunapojiua kila siku tukiwa na lengo la kuwafariji wengine (1 Wakoritho 15:31), tutapata amani na furaha ya kweli kutoka juu. Zaidi ya hayo, tutafurahia amani na furaha kila wakati, hata ikiwa hatuna hisia nzuri kwa mtu mwingine au ukiwa mtazamo wa mtu huyo hauendani na mtazamo wetu.

Tuseme kwa mfano umepigiwa simu na kiongozi wa kanisa mwende kumtembelea mshirika ambaye hakuhudhuria ibada ya Jumapili, au tuseme kwa mfano umeombwa kumhubiri mtu injili wakati wa likizo ambayo unaipata kwa nadra sana. Upande mmoja wa akili yako unataka upumzike, na upande mwingine wa akili yako unataka ufanye kazi ya Mungu. Una uhuru wa kuchagua kimoja wapo, lakini kulala sana na kuustarehesha mwili wako hakumaanisha kunaweza kukupa furaha.

Unaweza kuhisi utele wa Roho Mtakatifu na furaha unapoutoa muda wako na mali zako kufanya huduma ya Mungu. Kadri unavyoyafuata matamanio ya Roho Mtakatifu tena na tena, si tu kwamba utaongeza furaha ya kiroho lakini moyo wako utabadilika zaidi na kuwa moyo wa kweli. Kwa kiwango hicho, utazaa tunda la furaha lililoiva, na uso wako utaangaza mwangaza wa kiroho.

Tatu, tunatakiwa kupanda mbegu ya furaha na shukrani kwa bidii.

Ili mkulima aweze kuvuna mavuno, anatakiwa kupanda mbegu na kuzitunza. Katika namna hiyo hiyo, ili tuweze kuzaa tunda la furaha, tunatakiwa kutazama kwa bidii masharti ya shukrani na kumtolea Mungu sadaka za shukrani. Ikiwa sisi ni watoto wa Mungu wenye imani, basi kuna mambo mengi sana ya kufurahia!

Kwanza, tuna furaha ya wokovu ambayo haiwezi kubadilishwa kwa kitu chochote. Pia, Mungu mwema ni Baba yetu, na huwatunza watoto wake wanaoishi katika kweli na hujibu kila wanachoomba. Hivyo, tuna furaha kiasi gani? Ikiwa tunaitunza na kuifanya Siku ya Bwana kuwa takatifu na kutoa zaka ifaayo, hatutapata majanga au ajali yoyote mwaka mzima. Ikiwa hatutendi dhambi na tunatii amri za Mungu na kufanya kazi kwa uaminifu kwa ajili ya ufalme wake, wakati wote tutabarikiwa.

Hata ikiwa tunaweza kukumbana na magumu fulani, soluhisho la aina zote za matatizo linapatikana katika vitabu sitini na sita vya Biblia. Ikiwa magumu yalisababishwa na matendo yetu mabaya, tunaweza tukatubu na kuziacha njia hizo mbaya ili Mungu atuhurumie na kutupa jibu la kutatua tatizo hilo. Tunapojichunguza, ikiwa mioyo yetu haituhukumu, tunaweza kufurahi na kushukuru. Ndipo, Mungu atashughulikia kila kitu na kukifanya kizuri na kutupa baraka zaidi.

Hatupaswi kuichukulia kijuujuu neema ambayo Mungu ametupatia. Tunatakiwa kufurahi na kumshukuru yeye wakati wote. Tunapotazama masharti ya shukrani na kufurahi, Mungu hutupatia masharti zaidi ya kushukuru. Matokeo yake ni kuwa, shukrani na furaha yetu itaongezeka na mwishowe tutazaa tunda la furaha kabisa.

Kuomboleza hata baada ya kuzaa tunda la furaha

Ijapokuwa tunazaa tunda la furaha katika mioyo yetu, wakati mwingine tunakuwa na huzuni. Ni maombolezo ya kiroho yanayofanywa katika ukweli.

Kwanza, kuna kilio cha toba. Ikiwa kuna majaribio na majaribu yaliyosababishwa na dhambi zetu, hatuwezi kufurahi na kushukuru tu ili kutatua tatizo. Ikiwa mtu anaweza kufurahi baada ya kutenda dhambi, furaha hiyo ni furaha ya kidunia na haina uhusiano wowote na Mungu. Katika hali kama hiyo, tunatakiwa kutubu kwa machozi na kuziacha njia hizo. Tunatakiwa kutubu kwa dhati huku tukiwaza, 'Ninawezaje kutenda dhambi kama hii nikiwa ninamwamini Mungu? Inawezekanaje niiache neema ya Bwana?' Kisha, Mungu ataikubali toba yetu, na kama uthibitisho kuwa kizuizi cha dhambi kimeangushwa chini, atatupa furaha. Tutajihisi wepesi sana na kufurahi kama kwamba tunapaa angani, na aina mpya ya furaha na shukrani huja kutoka juu.

Lakini maombolezo ya toba hakika ni tofauti na machozi ya huzuni yaliyosababishwa na shida au majanga. Hata ikiwa utaomba ukiwa unatoka machozi na makamasi mengi, ni kilio cha kimwili tu kutokana na kwamba unalia uchungu kwa sababu ya hali yako. Pia, ikiwa utajaribu kukwepa tatizo ukiogopa adhabu na usiache dhambi yako kabisa, huwezi kupata furaha ya kweli. Hutasikia kuwa umesamehewa pia. Ikiwa kuomboleza kwako ni kuomboleza kwa toba ya kweli, unatakiwa kuitupa nia ya kutenda dhambi na uzae tunda zuri la toba. Hapo tu ndipo utapata tena furaha ya kiroho kutoka juu.

Kisha, kuna kuomboleza ambako unapata wakati Mungu anadharauliwa au kwa ajili ya nafsi zinazoifuata njia ya mauti. Ni aina ya kuomboleza iliyo sahihi katika kweli. Ikiwa una kuomboleza kama huko, utaombea ufalme wa Mungu kwa bidii sana. Utamwomba Mungu akupe utakatifu na nguvu za kuokoa nafsi zaidi na kupanua ufalme wa Mungu.. Kwa hivyo, kuomboleza kwa aina hiyo kunafurahisha na kunakubalika machoni pa Mungu. Ukiwa na maombolezo kama hayo ya kiroho, furaha iliyo ndani ya moyo wako hatatoweka. Hutapoteza nguvu kwa kuhuzunika au kuvunjika moyo, lakini bado utakuwa na shukrani na furaha.

Miaka kadhaa iliyopita, Mungu alinionyesha nyumba ya mbinguni ya mtu anayeomba kwa ajili ya ufalme wa Mungu na kanisa kwa kuomboleza sana. Nyumba yake ilikuwa imepambwa kwa dhahabu na mawe ya thamani na hasa kulikuwa lulu nyingi kubwa zinazong'aa. Kama ambavyo chaza hutengeneza lulu kwa nguvu zake zote, aliomboleza katika maombi ili afanane na Bwana, aliomboleza akiuombea ufalme wa Mungu na nafsi. Mungu anamlipa kutokana na maombi yake yote ya machozi. Hivyo, tunapaswa kufurahi daima tukimwamini Mungu na tunapaswa kuwa na uwezo wa kuomboleza kwa ajili ya ufalme wa Mungu na nafsi.

Kuwa na mtazamo chanya na ufuate wema katika mambo yote

Mungu alipomuumba binadamu wa kwanza, Adamu, aliweka furaha katika moyo wake. Lakini furaha aliyokuwa nayo Adamu wakati ule ni tofauti na furaha tunayoipata sasa kupitia makuzi ya mwanadamu katika duniani hii.

Adamu alikuwa kiumbe chenye uhai, au roho hai, hii inamaanisha kuwa hakuwa na sifa yoyote ya kimwili, na hivyo hakuwa na silka yoyote iliyokuwa kinyume na furaha. Yaani, hakuwa na dhana yoyote ya uhusiano ili aweze kutambua thamani ya furaha. Wale tu walioteseka kwa magonjwa ndiyo wanaelewa jinsi afya njema ilivyo ya thamani. Wale walioteswa na umaskini ndiyo wanajua thamani ya utajiri.

Adamu hakuwa amepitia maumivu yoyote, na hakuweza kutambua alikuwa anaishi maisha yenye furaha. Ijapokuwa alikuwa anafurahia uzima wa milele na vitu vingi katika Bustani ya Edeni, hakuweza kufurahi katika moyo wake. Lakini baada ya kula tunda la mti wa ujuzi wa mema na mabaya, mwili uliingia katika roho yake na alipoteza furaha aliyopewa na Mungu. Alipokuwa anapitia maumivu mengi ya ulimwengu huu, moyo wake ulijaa huzuni, upweke, chuki, hisia mbaya na wasiwasi.

Tumepitia kila aina ya maumivu katika dunia hii, na sasa tunapaswa kuhuisha furaha ya kiroho ambayo Adamu aliipoteza. Ili tufanye hivi, tunatakiwa kuutupa mwili, kufuata matakwa ya Roho Mtakatifu kila wakati, na kupanda mbegu ya furaha na shukrani katika mambo yote. Hapa, tukiongeza mtazamo mzuri

na kufuata wema, tutaweza kuzaa tunda la furaha kwa ukamilifu.
Furaha hii hupatikana baada ya kuwa na uhusiano na vitu vingi katika dunia hii, tofauti na Adamu aliyeishi katika Bustani ya Edeni. Kwa hivyo, furaha hutokea katika kina cha mioyo yetu na haibadiliki kamwe. Furaha ya kweli tutakayofurahia Mbinguni imekuzwa ndani yetu hapa duniani. Je, tutawezaje kuieleza furaha tutakayokuwa nayo tutakapo maliza maisha yetu ya kidunia na kuingia katika ufalme wa mbinguni?

Luke 17:21 inasema, "...wala hawatasema, Tazama, upo huku, ssu kule!' Tazama, ufalme wa Mungu umo ndani yenu" Ni matumaini yangu kwamba utazaa tunda la furaha haraka katika moyo wake ili uweze kuona maisha ya Mbinguni hapa duniani na uishi maisha ambayo wakati wote yamejaa furaha.

Juu ya Mambo Kama Hayo Hakuna Sheria

Waebrania 12:14

"Tafuteni kwa bidii kuwa na amani na watu wote, na huo utakatifu, ambao hapana mtu atakayemwona Bwana asipokuwa nao."

Sura ya 4

Amani

Tunda la amani
Ili tuzae tunda la amani
Maneno mazuri ni muhimu
Tafakari kwa hekima mtazamo wa wengine
Amani ya kweli huanzia moyoni
Baraka kwa ajili ya wapatanishi

Amani

Chembechembe za chumvi huwa hazionekani, lakini zinapogandishwa huwa fuwele nzuri zinazoonekana. Kiasi kidogo cha chumvi huyeyushwa na maji na kubadilisha muundo mzima wa maji. Ni kiungo muhimu katika upishi. Elementi ndogo zaidi katika chumvi, kwa kiasi kidogo sana ni vya muhimu sana katika kuendeleza majukumu ya uhai.

Kama ambavyo chumvi huyeyushwa ili kuongeza ladha katika chakula na kuzuia kuoza, Mungu anatutaka tujitolee ili kuwaimarisha na kuwasafisha wengine na kuzaa tunda la amani. Hebu na tuangalie tunda la amani kati ya matund aya Roho Mtakatifu.

Tunda la amani

Hata kama wanamwamini Mungu, watu hawawezi kudumisha amani na wengine kadri wanavyokuwa na ubinafsi. Wakidhani kuwa mawazo yao ni sahihi, huanza kupuuza maoni ya wengine na kutenda kinyume. Hata kama maamuzi yamefikiwa kwa kura ya watu wengi katika kikundi, wao huendelea kulalamikia maamuzi yaliyofikiwa. Wataangalia hata mapungufu ya watu badala ya maoni yao mazuri. Wanaweza hata kuwasema wengine vibaya na kueneza mambo kama hayo, hivyo kuwatenganisha watu.

Tunapozungukwa na watu wa namna hiyo tunaweza kuhisi ni kama tumekaa kwenye kitanda cha miiba na hatuna amani. Mahali palipo wavunja amani, daima pana matatizo, mateso, na majaribu. Amani ikitoweka katika nchi, familia, kazini, kanisani au katika kikundi chochote, njia ya baraka itafungwa na kutakuwa matatizo mengi.

Katika mchezo, shujaa wa kiume au wa kike ni wa muhimu, lakini majukumu mengine na kazi zingine za kusaidia za wafanya kazi wengine ni za muhimu pia. Ndivyo ilivyo katika mashirika yote. Ijapokuwa linaweza likaonekana kuwa jambo lisilo na maana, kila mtu anapofanya kazi yake kwa usahihi, kazi inaweza kukamilika kikamilifu, na mtu kama huyo anaweza kukabidhiwa majukumu makubwa zaidi baadaye. Pia, mtu yeyote hapaswi kuwa na kiburi kwa sababu kazi anayofanya ni muhimu. Anapowasaidia wengine kukua pamoja, kazi zote zinaweza kukamilishwa kwa amani.

Biblia katika Warumi 12:18 inasema, "Ikiwezekana, kwa upande wenu, mkae katika amani na watu wote." Na katika Waebrania 12:14 inasema, "Tafuteni kwa bidii kuwa na amani na watu wote, na huo utakatifu, ambao hapana mtu atakayemwona Bwana asipokuwa nao."

Hapa, 'amani' ni kuweza kukubaliana na maoni ya wengine, hata kama maoni yetu ni sahihi. Ni kuwapa faraja wengine. Ni moyo wa ukarimu ambao unaweza KUKUBALIANA na kitu chochote ili mradi tu kiko katika mipaka ya ukweli. Ni kufuata manufaa ya wengine na kutokuwa na upendeleo wowote. Ni kujaribu kutokuwa na matatizo au mgongano na wengine kwa kutotoa maoni binafsi yanayopinga maoni ya wengine pasipo kutazama mapungufu ya wengine.

Watoto wa Mungu hawatakiwi tu kudumisha amani kati ya mume na mke, wazazi na watoto, ndugu na majirani, lakini ni lazima wawe na amani na watu wote. Ni lazima wawe na amani si na watu wanaowapenda tu lakini ni wawe na amani pamoja na wale wanaowachukia na kuwapa wakati mgumu. Ni muhimu haswa kuwa na amani katika kanisa. Mungu hawezi kufanya kazi ikiwa amani imevunjwa. Kuivunja amani ni kumpa tu nafasi shetani ili atushtaki. Pia, hata kama tunafanya kazi kwa bidii na kufikia malengo makubwa katika huduma ya Mungu, hatuwezi kusifiwa ikiwa amani imevunjwa.

Katika Mwanzo 26, Isaka alidumisha amani na kila mtu hata katika mazingira ambapo watu wengine walimpa changamoto. Ulikuwa wakati ambapo Isaka, katika kujaribu kuikwepa njaa, alikwenda mahali ambako Wafilisti walikuwa wakiishi. Alipokea baraka za Mungu, na idadi ya mifugo yake ikaongezeka na akawa na familia nzuri sana. Wafilisti walimwonea wivu Isaka na wakafukia visima vyake kwa kuvijaza mchanga.

Hawakuwa na mvua ya kutosha katika eneo lile, na hususan majira ya joto hakukuwa mvua. Visima vilikuwa uti wa mgongo wa uhai wao. Hata hivyo, Isaka hakugombana wala kupigana nao. Aliondoka tu pale na akachimba kisima kingine. Kila alipopata kisima baada ya kazi ngumu sana, Wafilisti walikuja wakasisitiza kuwa kisima ni chao. Hata hivyo, Isaka hakubishana nao, badala yake aliwaachia visima hivyo. Kisha alihamia mahali pengine na akachimba kisima kingine.

Hali hii ilijirudia mara nyingi, lakini Isaka aliwatendea wema watu wale na Mungu alimbariki akawa anapata kisima kila alikokwenda. Wafilisti walipoona hivi wakatambua kuwa Mungu alikuwa pamoja naye na hawakumsumbua tena. Isaka angegombana au kupigana nao kwa sababu hakutendewa haki, angekuwa adui yao na angetakiwa kuhama eneo lile. Ijapokuwa angejitetea kwa namna nzuri na ya haki, hilo lisingesaidia maana Wafilisti walikuwa wanatafuta ugomvi huku wakiwa na nia mbovu. Kwa sababu hii, Isaka aliwatendea wema na akazaa tunda la amani.

Ikiwa tutazaa tunda la amani kwa njia hii, Mungu hudhibiti hali zote ili tufanikiwe katika mambo yote. Sasa, tunawezaje kuzaa tunda la amani?

Ili tuzae tunda la amani

kwanza, lazima tuwe na amani na Mungu.
Jambo la muhimu zaidi katika kudumisha amani na Mungu ni kwamba ni lazime tusiwe na kuta zozote za dhambi. Adamu alilazimika kujificha ili Mungu asimwone kwa kuwa aliasi Neno la Mungu na kula tunda lililokatazwa (Mwanzo 3:8). Mwanzoni, alihisi kuwa karibu zaidi na Mungu, lakini sasa uwepo wa Mungu ulimletea hisia za woga na kuwa mbali. Ilikuwa ni kwa sababu amani kati yake na Mungu ilikuwa imevunjika kutokana na dhambi yake.

Ndivyo ilivyo hata kwetu sisi. Tunapotenda katika kweli, tunaweza kuwa na amani na Mungu na tukawa na ujasiri mbele za Mungu. Ni wazi kwamba, ili tuwe na amani kamili na iliyo kamilifu, tunatakiwa kuondoa dhambi na uovu wote kutoka mioyoni mwetu na kutakaswa. Lakini ijapokuwa hatujawa wakamilifu bado, kadri tunavyotenda kwa ukweli kwa bidii katika kipimo cha imani yetu, tunaweza kuwa na amani na Mungu. Hatuwezi kuwa na amani kamilifu na Mungu tangu mwanzo, lakini tunaweza tukawa na amani na Mungu tunapojaribu kufuata amani pamoja naye katika kipimo cha imani yetu.

Hata tunapojaribu kuwa na amani na watu, ni lazima tutafute amani na Mungu kwanza. Ijapokuwa tunatakiwa kutafuta amani na wazazi wetu, watoto wetu, wake au waume zetu, marafiki na wafanyakazi wenzetu, ni lazima kamwe tusifanye kitu chochote kilicho kinyume na kweli. Yaani, hatupaswi kuvunja amani na Mungu kwa ajili ya kufuata amani na watu.

Kwa mfano, itakuwaje ikiwa tutainama kuzisujudia sanamu au kuvunja amri ya Siku ya Bwana ili tufanye amani na jamaa zetu wasioamini? Inaonekana tuna amani kwa sasa, lakini kwa ukweli tumevunja amani na Mungu kwa kujenga ukuta wa dhambi mbele za Mungu. Hatuwezi kutenda dhambi ili tuwe na amani na watu. Pia, ikiwa tunaivunja sheria ya Siku ya Bwana ili tukahudhurie harusi ya jamaa yetu au rafiki, huko ni kuvunja amani na Mungu, na pia hatuwezi kuwa na amani ya kweli na watu hao.

Ili tuwe na amani ya kweli na watu, kwanza ni lazima tumpendeze Mungu. Kisha, Mungu atamfukuza adui ibilisi na Shetani na kuibadilisha akili ya mtu mwovu ili tuwe na amani na kila mtu. Biblia katika Mithali 16:7 inasema, "Njia za mtu zikimpendeza BWANA, Hata adui zake huwapatanisha naye."

Bila shaka, mtu mwingine anaweza kuendelea kuvunja amani nasi ijapokuwa tunajitahidi kwa kadri tuwezavyo katika kweli. Katika mazingira hayo, ikiwa tutaitikia katika kweli mpaka mwisho, Mungu hatimaye atafanya kazi kwa faida ya kila kitu. Ndivyo ilivyokuwa kwa Daudi na Mfalme Sauli. Kutokana na wivu wake, Mfalme Sauli alijaribu kumwua Daudi, lakini Daudi alimtendea mema mpaka mwisho. Daudi alipata nafasi kadhaa ambazo angeweza kumwua Mfalme Sauli, lakini alichagua kuifuata amani na Mungu kwa kufuata wema. Mwishowe, Mungu alimketisha Daudi kwenye kiti cha enzi kumlipa kwa matendo yake mema.

Pili, ni lazima tuwe na amani na sisi wenyewe

Ili tuwe na amani na sisi wenyewe, ni lazima tuachane na uovu wa kila aina na tutakaswe. Alimradi tuna uovu katika mioyo yetu, uovu wetu utaibuka kutokana na hali tofauti, na hivyo amani itavunjika. Tunaweza kudhani kuwa tuna amani wakati mambo yanapokwenda vizuri kama tulivyodhani yatakwenda, lakini amani huvunjika wakati mambo yanapokuwa mabaya na kuathiri hali ya uovu katika mioyo yetu. Chuki na hasira vinapochemka katika mioyo yetu, tunakosa raha! Lakini tunaweza kuwa na amani ya moyo, pasipo kujali hali zozote, ikiwa tutaendelea kuchagua kweli.

Hata hivyo, watu wengine, hawana amani ya kweli katika mioyo yao ingawa wanajitahidi kuwa na amani na Mungu. Ni kwa sababu wanajihesabia haki wenyewe na wanafuata mifumo yao ya utu.

Kwa mfano, baadhi ya watu hawana amani ya akili kwa sababu wamefungwa sana na Neno la Mungu. Kama vile Ayubu kabla hajapitia majaribu, wanaomba kwa bidii na kujaribu kuishi kwa kulifuata Neno la Mungu, lakini hawafanyi mambo haya kwa upendo wao kwa Mungu. Wanaishi kwa kulifuata Neno la Mungu kwa kuhofia adhabu na malipizi kutoka kwa Mungu. Na ikitokea kwamba wanakiuka ukweli katika hali fulani, huwa na wasiwasi sana kwamba wanaweza wakakabiliana na matokeo mabaya.

Katika hali kama hiyo, mioyo yao hujeruhika hata ingawa wanaifuata kweli kwa bidii! Hivyo, ukuaji wao wa kiroho husimama au hupoteza furaha. Zaidi ya yote, wanateseka kwa sababu ya kujihesabia haki wao wenyewe na kufuata mifumo ya mawazo. Katika hali hii, badala ya kupenda sana matendo ya kuzingatia sheria, hawana budi kukuza upendo wa Mungu. Mtu anaweza kufurahia amani ya kweli ikiwa anampenda Mungu kwa moyo wake wote na anautambua upendo wa Mungu.

Huu hapa mfano mwingine. Watu wengine hawahisi kuwa wana amani kwa sababu ya mawazo yao hasi. Hujaribu kuifuata kweli, lakini wanajihukumu na kujisababishia maumivu katika mioyo yao wasipopata matokeo wanayotarajia. Wanajisikitikia mbele za Mungu na wanakata tamaa kwa kufikiria kuwa wanakosa mambo mengi. Watu hao hupoteza amani kwa kujisemea, 'Je, itakuwaje ikiwa watu wanaonizunguka watavunjika moyo? Je, itakuwaje wakiniacha?

Watu kama hao lazima wafanyike kuwa watoto wa kiroho. Mawazo ya watoto wanaoamini katika upendo wa wazazi wao huwa rahisi. Hata wakifanya makosa, hawajifichi ili wazazi wao wasiwaone, lakini huenda vifuani mwa wazazi wao wakisema watajitahidi kufanya vyema zaidi. Wakiomba msamaha na kwa nyuso za upendo unaoaminika, na kuahidi kufanya vyema zaidi, yamkini hilo litawafanya wazazi watabasamu hata ikiwa walikuwa wanajaribu kuwaadhibu.

Bila shaka, haimaanishi lazima useme utafanya vizuri wakati wote na uendelee kufanya kosa hilo hilo. Ikiwa unatamani kwa dhati kuacha dhambi na kufanya vizuri wakati mwingine, kwa nini Mungu ageuze uso wake asikutazame? Wale wanaotubu kwa dhati huwa hawakati tamaa au kuvunjika moyo kwa sababu ya watu wengine. Bila shaka, huenda hawana budi kuadhibiwa au kushushwa na kuwekwa madaraja ya chini kwa muda fulani kulingana na haki. Hata hivyo, ikiwa wana uhakika na upendo wa Mungu juu yao, wanaweza kuikubali adhabu ya Mungu na hawatajali maoni ya watu wengine au yale watakayosema.

Kinyume chake, Mungu hafurahi ikiwa wanaendelea kuwa na mashaka, wakidhani kuwa hawakusamehewa dhambi zao. Ikiwa wametubu kweli na kuziacha njia zao, inapendeza machoni pa Mungu kuamini kuwa wamesamehewa. Hata kama kuna majaribu yanayosababishwa na matendo yao mabaya, yatageuka kuwa baraka ikiwa watayakubali kwa furaha na shukrani.

Kwa hiyo, lazima tuamini kuwa Mungu anatupenda hata ingawa bado si wakamilifu, naye atatukamilisha ikiwa tutaendelea kujitahidi kubadilika. Pia, ikiwa tumezama katika jaribu, lazima tumwamini Mungu ambaye mwishowe atatuinua juu. Hatupaswi kutokuwa wavumilivu kwa kuwa na shauku ya kutaka kutambuliwa na watu. Ikiwa tunaendelea kutunza moyo wa kweli na matendo, tunaweza kuwa na amani mioyoni na pia kuwa na ujasiri wa kiroho.

Tatu, tunapaswa kuwa na amani na watu wote.

Ili tuweze kutafuta kuwa na amani na watu wote, ni lazima tujitoe wenyewe kama sadaka. Ni lazima tujitoe kwa ajili ya wengine, hata kufikia hatua ya kuyatoa maisha yetu. Paulo alisema, "Mimi hufa kila siku," na kama alivyosema, ni lazima tusisisitize mambo yetu, maoni yetu, au kupenda kwetu kuwa na amani na watu wote.

Ili tuweze kuwa na amani, sharti tusitende mabaya au kujigamba na kujawa na majivuno. Sharti tujinyenyekeze kutoka moyoni na tuwainue wengine. Sharti tusiegemee upande fulani, na wakati huo huo, sharti tuweze kukubali njia tofauti za wengine, yaani, ikiwa njia hizo zi ndani ya kweli. Sharti tusifikiri kwa kipimo cha imani yetu wenyewe lakini tufikiri kutokana n mtazamo wa wengine. Ingawa maoni yetu ni sahihi, au pengine ni bora zaidi, bado sharti tufuate maoni ya wengine. Hata hivyo, haimaanishi kuwa sharti tuwaache tu na waifuate njia yao hata ingawa hao wanaifuata njia ya mauti kwa kutenda dhambi. Wala sharti tusikubaliane nao au kujumuika nao katika kutenda mambo ya uwongo. Wakati mwingine sharti tuwashauri au tuwajenge kwa upendo. Tunaweza kubarikiwa sana tunapoitafuta amani katika kweli.

Pia, ili tuweze kuwa na amani na kila mtu sharti tusisitize juu ya haki yetu wenyewe na mifumo yetu. 'Mifumo' ndiyo ambayo watu hudhani kuwa ni sahihi kutokana na haiba binafsi ya mtu, hisia ya uhalali na kupendelea kwake. 'Kujihesabia haki' kunamaanisha kutafuta kulazimisha kwa wengine maoni binafsi ya mtu, imani na mawazo ambayo mtu anayaona kuwa bora kuliko ya wengine. Kujihesabia haki na mifumo huonyeshwa kwa namna tofauti katika maisha yetu.

Je, inakuwaje ikiwa mtu anakiuka kanuni za kampuni ili kuhalalisha matendo yake akidhani kuwa kanuni za kampuni si sahihi? Anaweza kudhani kuwa anafanya jambo ambalo ni sawa, lakini bila shaka bosi wake au mfanyakazi wenzake wanaweza kutofautiana naye. Pia, ni kwa mujibu wa ukweli kufuata maoni ya wengine alimradi maoni hayo si ya uongo.

Kila mtu ana utu tofauti kwa sababu kila mmoja amelelewa katika mazingira tofauti. Kila mtu amepokea elimu tofauti na viwango tofauti vya imani. Hivyo, kila mtu ana vigezo tofauti vya kutambua kipi kibaya na kipi kizuri na kipi ni sahihi na kipi si sahihi. Mtu mmoja huenda akadhani kitu fulani ni sahihi huku mwingine akadhani si sahihi.

Hebu natuzungumzie kuhusu mfano wa uhusiano wa mume na mke wake. Mume anataka nyumba iwe safi kila wakati, lakini mke hasafishi nyumba. Yule mume mwanzoni anavumilia hali hiyo kwa upendo na kusafisha nyumba yeye mwenyewe. Lakini kadri anavyoendelea kufanya hivyo, anaanza kuchoka. Anaanza kufikiri kuwa mkewe hakufunzwa vizuri huko kwao. Anashangaa ni kwa nini mkewe hawezi kufanya kitu ambacho ni sahihi na rahisi hivyo. Haelewi ni kwa nini tabia zake hazibadiliki hata baada ya miaka mingi, licha ya kumshauri mara kwa mara.

Lakini upande mwingine, mke naye ana jambo la kusema pia. Kukata kwake tama kunatokana na fikra za mumewe, 'Sipo ili nisafishe na kufanya kazi za nyumbani. Wakati mwingine, ikiwa siwezi kusafisha, analazimika kufanya yeye mwenyewe. Kwa nini analalamika sana kuhusu hili? Ilionekana alikuwa radhi kufanya chochote kwa ajili yangu hapo mwanzo, lakini sasa analalamika kwa mambo madogo madogo. Anazungumzia hata elimu yangu ya maarifa ya nyumbani!' Ikiwa kila mmoja wao anasisitiza maoni na hamu yake mwenyewe, hawawezi kuwa na amani. Amani inaweza kuanzishwa ikiwa watathamini maoni ya kila mmoja wao na kutumikiana, na si wakati wanapowazia mitazamo binafsi.

Yesu alitwambia kwamba, tunapomtolea Mungu sadaka, ikiwa tuna jambo lolote kinyume na mmoja wetu, kwanza ni lazima tupatanishwe naye kisha turudi kutoa sadaka. (Mathayo 5:23-24). Sadaka zetu zitakubaliwa na Mungu japo tutakapokuwa na amani na huyo mmoja wetu na kutoa sadaka.

Walio na amani na Mungu na wao wenyewe hawawezi kuvunja amani na wengine. Hawawezi kugombana na mtu yeyote kwa sababu lazima wawe washaondoa uchoyo, kiburi, majivuno, kujihesabia haki na mifumo yao. Hata kama wengine ni waovu na wanasababisha matatizo, watu hawa wangejitolea mhanga ili hatimaye amani ipatikane.

Maneno ya wema ni muhimu

Kuna mambo kadhaa ambayo tunapaswa kuzingatia tunapotafuta amani. Ni muhimu sana kuzungumza maneno mazuri tu ili kudumisha amani. Mithali 16:24 inasema, "Maneno yapendezayo ni kama sega la asali, ni tamu nafsini, na afya mifupani." Maneno mazuri huwapa nguvu na ujasiri waliovunjika moyo. Yanaweza kuwa dawa zuri ya kukufua roho zilizokufa.

Kinyume chake, maneno mabaya huondoa amani. Wakati Rehoboamu mwana wa Mfalme Sulemani, alipokuwa mfalme, watu wa makabila kumi walimwomba mfalme awapunguzie kazi ngumu. Mfalme alijibu, "Baba yangu aliwafanyia kongwa zito, nami nitawaongezea; baba yangu aliwapiga kwa mijeledi, lakini mimi nitawapiga kwa nge." (2 Mambo ya Nyakati 10:14). Kwa sababu ya maneno haya, mfalme na watu wakatofautiana miongoni mwao, ambapo hatimaye ikasababisha nchi kugawanyika katika sehemu mbili.

Ulimu wa mtu ni kiungo kidogo sana cha mwili, lakini kina nguvu ya ajabu. Ni kama moto mdogo ambao unaweza ukawa moto mkubwa na ukasababisha uharibifu mkubwa usipothibitiwa. Kwa sababu hii Yakobo 3:6 inasema, "Nao ulimi ni moto; ule ulimwengu wa uovu, ule ulimi, umewekwa katika viungo vyetu, nao ndio uutiao mwili wote unajisi, huuwasha moto mfululizo wa maumbile, nao huwashwa moto na Jehanamu." Pia,

Mithali 18:21 inasema, "Mauti na uzima huwa katika uwezo wa ulimi na wao waupendao watakula matunda yake."

Hasa, ikiwa tunasema maneno ya chuki au kulalamika kutokana na kutofautiana kimaoni, yana hisia mbaya, na hivyo, adui mwovu na shetani huleta mashitaka kutokana na maneno hayo. Pia, kutunza malalamiko na chuki na kufunua hisia hizo kwa nje kama maneno na matendo ni tofauti sana. Kuficha chupa ya wino mfukoni ni jambo moja, lakini kufungua mfuniko na kumimina wino ni jambo jingine. Ukiumimina utawachafua watu wanaokuzunguka pamoja na wewe mwenyewe.

Katika namna iyo hiyo, unapofanya kazi ya Mungu, unaweza kulalamika kwa sababu tu mambo fulani hayaendani na mawazo yako. Kisha, baadhi ya wengine wanaokubaliana na mawazo yako watazungumza kwa namna iyo hiyo yako. Iwapo idadi itaongezeka na kuwa wawili na watatu, inakuwa sinagogi la shetani. Amani itatoweka kanisani na ukuaji wa kanisa utasimama. Hivyo, daima tunapaswa kuona, kusikia na kuzungumza mambo mazuri tu (Waefeso 4:29). Hatupaswi hata kusikiliza maneno yasiyo ya kweli au wema.

Tafakari kwa hekima mtazamo wa wengine

Tunachopaswa kuzingatia ni hali ambamo huna hisia dhidi ya mtu mwingine, lakini mtu huyo anavunja amani. Hapa, unalazimika kufikiri ikiwa ni kosa la mtu mwingine. Wakati mwingine wewe ndiye sababisho kwa wengine kuvunja amani bila wewe kutambua.

Unaweza ukaumiza hisia za wengine kwa sababu ya kutojali kwako au maneno yasiyo ya busara au tabia. Katika mazingira hayo, ikiwa unaendelea kufikiri kwamba hutunzi hisia zozote ngumu dhidi ya mtu mwingine, huwezi kuwa na amani na mtu huyo wala ukajitambua wewe mwenyewe kutakakofanya ubadilike. Unapaswa kuwa na uwezo wa kujichunguza ikiwa hakika wewe ni mtu wa amani hata mbele ya mtu mwingine.

Kutoka kwa mtazamo wa kiongozi, anaweza akafikiri kuwa anaendeleza amani lakini wafanyakazi wake wanaweza kuwa na wakati mgumu. Hawewezi kueleza hisia zao kwa uwazi kwa wakuu wao. Wanaweza wakavumilia tu na wakawa wanaumia kwa ndani.

Kuna kisa maarufu kuhusu Waziri Mkuu Hwang Hee wa nasaba ya Chosun. Alimwona mkulima aliyekuwa analima shamba lake kwa fahali wawili. Waziri alimwuliza mkulima kwa kupaza sauti, "Ni fahali yupi kati ya hao wawili anafanya kazi kwa bidii?" Ghafla mkulima akashika mikono ya waziri na akampeleka mahali mbali kidogo. Akamnong'oneza akasema, "Mweusi ni mvivu wakati mwingine, lakini wa njano anafanya kazi kwa bidii." "Nini kilichokufanya kunileta hapa na kuninong'onezea masikioni mwangu kuhusu fahali?" Hwang Hee akamwuliza akiwa na tabasamu usoni. Mkulima akajibu, "Hata wanyama hawapendi tunapozungumza jambo baya linalowahusu." Inasemekana kuwa Hwang Hee aligundua mapungufu yake.

Nini kingetokea ikiwa fahali wangeelewa kile alichosema mkulima? Fahali wa njano angekuwa na kiburi na ng'ombe mweusi angekuwa na wivu na kumsababishia matatizo fahali wa njano au angevunjika moyo na kukata tama ya kufanya kazi kwa bidii, akafanya kwa kiwango cha chini kuliko mwanzoni.

Kutokana hadithi hii, tunaweza kujifunza kuwa waangalifu

hata kwa wanyama, na tunapaswa kuwa waangalifu tusizungumze maneno au kuonyesha matendo yoyote ya kuonyesha upendeleo. Palipo upendeleo, kuna wivu na kiburi. Kwa mfano, ukimsifu mtu mbele ya watu wengi au ukimkemea mtu mmoja mbele ya watu wengi, basi unaweka msingi wa kuanza kwa mfarakano. Unapaswa kuwa makini na mwenye busara ya kutosha kutosababisha matatizo kama hayo.

Pia, wapo watu wanaoteseka kwa sababu ya upendeleo na ubaguzi wa wakuu wao, na wao wanapokuwa wakuu, huwabagua baadhi ya watu na kuonyesha upendeleo kwa wengine. Lakini tunaelewa kuwa ukiteseka kwa udhalimu huo, unapaswa kuwa mwangalifu kwa maneno na matendo yako ili amani isitoweke.

Amani ya kweli moyoni

Jambo jingine unalopaswa kufikiri unapotafuta amani ni kwamba amani ya kweli lazima itimizwe moyoni. Hata wale wasio na amani na Mungu au wao wenyewe wanaweza kuwa na amani na wengine kwa kiwango fulani. Waumini wengi huwa wanasikia kuwa hawapaswi kuvunja amani, hivyo wanapaswa kuthibiti hisia zao na wasigongane na wengine wenye maoni tofauti na yao wenyewe. Lakini kutokuwa na migogoro ya nje haimaanishi kuwa wanazaa tunda la amani. Tunda la Roho si tu kwamba huzaliwa kwa nje lakini pia moyoni.

Kwa mfano, ikiwa mtu mwingine hakuhudumii au kukutambua, unajisikia hasira, lakini huwezi kuionyesha kwa nje. Unafikiri na kusema, 'Ninahitaji kuwa na uvumilivu kidogo!' na nijaribu kumhudumia mtu huyo. Lakini chukulia kwamba jambo hilo linatokea tena.

Ndipo unaweza kukusanya chuki. Huwezi kudhihirisha hasira yao kwa kufikiri kuwa itaumiza kiburi chako, lakini unaweza ukamkosoa mtu huyo kwa namna nyingine. Unaweza kuonyesha hisia zako za kuteseka. Wakati mwingine, huwaelewi wengine na hilo linakuzuia kuwa na amani nao. Unafumba kinywa chako tu ukihofu kuwa kunaweza kuzuka ugomvi ikiwa utazungumza. Unaacha kuzungumza na mtu huyo ukiinamisha kichwa chini huku ukiwaza, 'Ni muovu na hivyo siwezi kuzungumza naye.'

Kwa njia hii, huivunji amani kwa nje, lakini huna hisia nzuri kwa mtu huyo pia. Hukubaliani na mawazo yake, na unaweza hata ukahisi kuwa huhitaji kuwa karibu naye. Unaweza hata ukalalamika kwa wengine kuhusu mapungufu yake. Unataja hata hisio zako mbaya kuhusu mtu huyo kwa kusema, "Hakika ni muovu. Mtu anawezaje kumwelewa kwa kila alichotenda! Lakini kwa kutenda wema, bado ninaendelea kumvumilia." Bila shaka ni bora kutovunja amani kwa njia hii kuliko kuivunja amani kwa wazi.

Lakini ili uwe na amani ya kweli, unatakiwa kuwatumikia wengine kutoka moyoni. Hupaswi kuzuia hisia hizo na bado ukataka kutumikiwa. Unapaswa kuwa na nia ya kutumika na kuwafaidisha wengine.

Hupaswi kutabasamu tu kwa nje huku unahukumu kwa ndani. Unatakiwa kuelewa wengine kutokana na mtazamo wao. Hapo tu ndipo Roho Mtakatifu anaweza kutenda kazi. Hata wakati kila mtu anajiona wa maana kuliko wengine, watahukumiwa kwa ndani na watabadilika. Wakati kila mtu anayehusika ana mapungufu, kila mmoja mtu anaweza kulaumiwa. Mwishowe kila mtu anaweza kuwa na amani ya kweli na akawashirikisha wengine yaliyo katika moyo wake.

Baraka kwa ajili ya wapatanishi

Wale wenye amani na Mungu, wao wenyewe na wenye amani na wengine, wana mamlaka ya kuifukuza giza. Hivyo wanaweza kufanikiwa kuwa na amani kuwazunguka. Kama ilivyoandikwa katika Mathayo 5:9, "Heri wanaotafuta amani, maana wataitwa wana wa Mungu," wana mamlaka ya watoto wa Mungu, mamlaka ya mwanga.

Kwa mfano, ikiwa wewe ni kiongozi wa kanisa, unaweza kuwasaidia waamini kuzaa tunda la amani. Yaani, unaweza ukawapa Neno la kweli lenye mamlaka na nguvu, ili waweze kuondoka katika dhambi na kufunga mifumo na kujihesabia haki. Masinagogi ya shetani yanayowatenganisha watu na Mungu yanapoundwa, unaweza kuyaangamiza kwa nguvu ya neon lako. Kwa njia hii, unaweza ukaleta amani kwa watu wengi.

Yohana 12:24 inasema, "Amin, amin, nawaambia, Chembe ya ngano isipoanguka katika nchi, ikafa, hukaa hali iyo hiyo peke yake; bali ikifa, hutoa mazao mengi." Yesu alijitoa mhanga na akafa kama punje ya ngano na akazaa matunda mengi sana yasiyohesabika. Alisamehe dhambi za roho nyingi zilizokuwa zinakufa na akazifanya kuwa na amani na Mungu. Matokeo yake, Bwana mwenyewe akawa Mfalme wa wafalme na Bwana wa mabwana akipokea heshima na utukufu mkuu.

Tunaweza kupokea mavuno mengi tu wakati tutakapojitoa wenyewe. Mungu Baba anawataka watoto wake wapendwa wajitoe dhabihu na 'wafe kama ngano' ili wazae matunda mengi kama Yesu alivyofanya. Yesu alisema pia katika Yohana 15:8, "Hivyo hutukuzwa Baba yangu, kwa vile mzaavyo sana; nanyi mtakuwa wanafunzi wangu." Kama inavyosemwa, tufuate tama za

Roho Mtakatifu ili tuzae tunda la amani na tuziongoze roho nyingi kwenye njia ya wokovu.

Waebrania 12:14 inasema, "Tafuteni kwa bidii kuwa na amani na watu wote, na huo utakatifu, ambao hapana mtu atakayemwona Bwana asipokuwa nao." Hata kama uko sahihi kabisa, ikiwa wengine hawajisikii vizuri kwa sababu yako na ikiwa kuna migongano, si vyema mbele za Mungu, na hivyo, unapaswa ujitathmini upya. Ndipo utaweza kuwa mtakatifu asiye na aina ya uovu na aliye na uwezo wa kumwona Bwana. Kwa kufanya hivyo, ninatumaini utafurahia mamlaka ya kiroho katika dunia hii kwa kuitwa mwana wa Mungu, na utawekwa sehemu ya heshima huko mbinguni ambako utaweza kumwona Bwana wakati wote.

Yakobo 1:4

"Saburi na iwe na kazi kamilifu, mpate kuwa wakamilifu na watimilifu bila kupungukiwa na neno."

Sura ya 5

Uvumilivu

Uvumilivu usiohitaji kuwa na subira
Tunda la uvumilivu
Uvumilivu wa mababa wa imani
Uvumilivu wa kwenda katika ufalme wa mbinguni

Uvumilivu

Mara nyingi huonekana furaha katika maisha inategemea ikiwa tunaweza kuwa na uvumilivu au la. Kati ya wazazi na watoto na waume na wake, miongoni mwa ndugu na marafiki, watu hufanya mambo ambayo hujitia sana baadaye kwa sababu ya kutokuwa wavumilivu. Mafanikio na kushindwa katika masomo yetu, kazi au biashara inategemea pia uvumilivu wetu. Uvumilivu ni kipengele muhimu katika maisha yetu.

Uvumilivu wa kiroho na kile ambacho watu wa ulimwengu wanadhani ni uvumilivu ni vitu tofauti. Katika ulimwengu huu watu wanastahimili kwa kuvumilia, lakini ni uvumilivu wa kimwili. Wakiwa na hisia kali, wanateseka sana wakijaribu kuzizuia. Wanaweza wakauma meno yao hata wakaacha kula. Mwishowe inasababisha kuwa na msongo na wasiwasi. Mwishowe wanasema watu kama hao wanaweza kuzuia hisia zao vizuri kuonyesha uvumilivu mkubwa. Lakini huu si uvumilivu wa kiroho hata kidogo.

Uvumilivu usiohitaji kuwa na subira

Uvumilivu wa kiroho si kuwa mvumilivu kwa uovu bali kwa wema tu. Ukiwa mvumilivu kwa wema, unaweza kuyashinda magumu kwa shukrani na matumaini. Hili litasababisha uwe na moyo mpana. Kinyume chake, ukiwa na subira na uovu, hisia zako dhaifu zitaongezeka na moyo wake utazidi kuwa mbaya.

Tuseme mtu anakutukana na anakusababishia maumivu bila sababu. Unaweza kuhisi heshima yako inadhalilishwa na ukahisi kuwa unaonewa, lakini unaweza pia ukaizuia ukaamua kuwa mvumilivu kwa kufuata Neno la Mungu. Lakini uso wako unaonyesha hasira, unapumbua kwa haraka na midomo yako inakuwa migumu kadri unavyojaribu kuthibiti fikra na mihemuko yako.Ukithibiti hisia namna hii, baadaye zinaweza kuibuka mambo yakiwa mabaya zaidi. Uvumilivu kama huo si uvumilivu wa kiroho.

Ikiwa una uvumilivu wa kiroho, moyo wako hautasumbuliwa na chochote. Hata kama unashutumiwa kwa uongo juu ya kitu chochote, utaacha wengine wawe na amani ukijua kuwa kuna hali ya kutoelewana tu. Ukiwa na moyo wa namna hiyo, hautahitaji 'kumvumilia' au 'kumsamehe' yeyote. Hebu nikupe mfano rahisi.

Usiku mmoja majira ya baridi, taa za nyumba fulani zilikuwa zinawaka mpaka muda uliposonga sana. Mtoto ndani ya nyumba hiyo alikuwa na homa ambapo joto la mwili wake lilikuwa limepanda na kufikia nyuzijoto 40 °C (104 °F). Baba wa mtoto alilowesha fulana yake katika maji ya baridi na akamshikilia mtoto. Alipomfunika fulana ya baridi motto alishangaa na hakuipenda. Lakini mtoto alifurahia kuwa mikononi mwa baba yake, ijapokuwa kwa muda fulana ilikuwa ya baridi.

Fulana lilipopata joto kutokana na joto la mtoto, baba angeliweka tena katika maji ya moto. Ilimlazimu baba kuloweka fulana yake mara kadhaa kabla ya asubuhi kufika. Lakini hakuonekana kuchoka. Lakini alionekana mwenye macho ya upendo kwa mtoto wake mpendwa aliyekuwa amelala kwenye mikono yake salama.

Hata ingawa hakulala usiku wote, hakuwa analalmika kuhusu njaa au kuchoka. Hakuwa na raha ya kuwaza kuhusu mwili wake mwenyewe. Lengo lake lilielekezwa kwa mtoto na kufikiri namna ya kumfanya mwanaye ajisikie nafuu na vizuri zaidi. Na mtoto wake alipopata nafuu, hakuwazia kuhusu kuchoka kwake. Tunapompenda mtu fulani, tunaweza kuvumilia shida na mateso na hivyo, hatuhitaji kuwa na subira kuhusu kitu chochote. Hii ndiyo maana ya kiroho ya 'uvumilivu'.

Tunda la uvumilivu

Tunaweza kuona 'uvumilivu' katika 1 Wakoritho sura ya 13, inayojulikana kama "Sura ya Upendo", na huu ni uvumilivu wa kustawisha upendo. Kwa mfano, inasema upendo hautafuti mambo yake. Ili kuachia kile tunachotaka na kutafuta faida kwa ajili ya wengine kwanza kwa mujibu wa neno hili, tutakumbana na mazingira yanayohitaji uvumilivu. Uvumilivu katika "Sura ya Upendo" ni uvumilivu wa kukuza upendo.

Lakini uvumilivu ambao ni moja ya matunda ya Roho Mtakatifu ni uvumilivu katika kila kitu. Uvumilivu huu ni kiwango cha juu kuliko uvumilivu katika upendo wa kiroho. Kuna magumu tunapojaribu kufikia malengo yetu, iwe ni kwa ajili ya ufalme wa Mungu au utakaso binafsi. Kutakuwa maombolezo na kutumika kutakakochukua nguvu zetu zote. Lakini tukiwa na subira tunaweza kuvumilia tukiwa na imani na upendo kwa sababu tuna tumaini la kuvu tunda. Aina hii ya uvumilivu ni uvumilivu kama moja ya matunda ya Roho Mtakatifu. Kuna vipengele vitatu katika uvumilivu huu.

Kwanza ni uvumilivu wa kubadili mioyo yetu

Kadri tunavyokuwa na uovu mwingi katika mioyo, ndivyo inavyokuwa vigumu kuwa wavumilivu. Ikiwa tuna kipimo cha hasira, kiburi, tama, kujihesabia haki na mifumo tuliyojiwekea, tutakuwa na hasira na hisia kali zinazowaka hata kwa mambo yasiyo ya maana.

Alikuwepo mshirika fulani ambaye kipato chake kwa mwezi kilikuwa dola za kimarekani 15,000, na katika mwezi fulani kipato chake kilikuwa cha chini kuliko kawaida. Kisha, alimlalamikia Mungu sana. Baadaye alikiri kuwa hakuwa na shukrani kwa mambo ambayo amekuwa akiyafurahia kwa sababu alikuwa na tama katika moyo wake.

Tunapaswa kushukuru kwa kila kitu ambacho Mungu ametupa, ijapokuwa hatutengenezi pesa nyingi. Tamaa haitakua katika mioyo yetu na tutaweza kupokea baraka za Mungu.

Lakini kadri tunapoutupa uovu na kutakaswa, inakuwa rahisi zaidi kuwa wavumilivu. Tunaweza kuvumilia kimya kimya hata katika hali ngumu. Tunaweza kuwaelewa tu na kuwasamehe wengine pasipo kukandamiza chochote.

Luka 8:15 inasema, "Na zile penye udongo mzuri, ndio wale ambao kwa unyofu na wema wa mioyo yao hulisikia neno, na kulishika; kisha huzaa matunda kwa kuvumilia." Yaani, wale wenye mioyo mizuri kama udongo mzuri, wanaweza kuwa na subira mpaka wanapozaa matunda mazuri.

Hata hivyo tunmahitaji uvumilivu na tunatakiwa kuweka jitihada ili kubadili mioyo yetu na kuwa udongo mzuri. Utakatifu hauwezi kufikiwa kwa kuwa na hamu tu ya kuwa mtakatifu. Tunatakiwa kuwa watiifu kwa kweli kwa kuomba kwa bidii na kwa kufunga. Tunatakiwa kuacha yale tuliyoyapenda kwanza, na ikiwa kitu hakina faida kiroho, tunatakiwa kukitupilia mbali. Hatupaswi kuacha katikati au kuacha kujaribu mara kadhaa. Mpaka tutakapovuna tunda la utakaso kwa ukamilifu na mpaka tutakapolifikia lengo letu, tunapaswa kujitahidi kujizuia na kulitendea kwa bidii Neno la Mungu.

Kituo cha mwisho cha imani yetu ni ufalme wa mbinguni, na hasa mahali pazuli zaidi pa kuishi, Yerusalemu mpya. Tunapaswa kuendelea kwa bidii na kwa uvumilivu mpaka tufike mwisho wa safari yetu.

Lakini wakati mwingine, tunaona matukio ambayo watu

wanapunguza kasi ya kutakasa mioyo yao baada ya kuishi maisha mazuri ya Kikristo.

Huzutupilia mbali 'kazi za mwilini' kwa haraka kwa sababu ni dhambi zinazoonekana kwa nje. Lakini kwa sababu 'mambo ya mwilini' hayaonekani kwa nje, kasi ya kuyatupilia mbali hupungua. Wanapoona uongo ndani yake, huomba kwa bidii kuzitupilia mbali, lakini husahau baada ya siku chache. Ikiwa unataka kuondoa gugu moja kwa moja, hukati majani tu, lakini ni lazima ung'oe hata mizizi yake. Kanuni iyo hiyo inatumika kwa dhambi. Unapaswa kuomba na kubadili moyo wako mpaka mwisho, mpaka utakapong'oa asili ya dhambi.

Nilipokuwa mwamini mpya, niliomba ili kuzitupilia mbali baadhi ya dhambi, kwa sababu baada ya kusoma Biblia nilielewa kuwa Mungu anachukia sana tabia fulani za dhambi kama vile chuki, hasira na kiburi. Nilipodhamiria kuzingatia mtazamo wangu binafsi, sikuweza kuondoa chuki na hisia mbaya kutoka katika moyo wangu. Lakini kupitia maombi Mungu alinipa neema ya kuelewa misimamo ya wengine. Hisia mbaya dhidi yao iliyeyuka na chuki yangu ikaondoka.

Nilijifunza kuwa mvumilivu nilipokuwa ninaiondoa hasira. Katika mazingira ambapo nilishutumiwa kwa makosa, katika akili yangu nilihesabu, 'moja, mbili, tatu, nne...' na nikazuia maneno niliyotaka kuyasema. Mwanzoni ilikuwa vigumu kuzuia hasira yangu, lakini kadri nilivyoendelea kujaribu, hasira na ghadhabu yangu vilitoweka hatua kwa hatua. Mwishowe hata katika mazingira ya kuchokozwa, sikuwa na kitu chochote kilichotoka akilini mwangu.

Ninaamini ilichukua miaka mitatu kutupilia mbali majivuno. Nilipokuwa mchanga katika imani sikuwa nafahamu majivuno ni nini, lakini niliomba tu yaondoke. Niliendelea kujichunguza nikiwa naomba. Matokeo yake, niliweza kuwaheshimu hata watu walioonekana kuwa duni kuliko mimi katika nyanja nyingi. Baadaye, nilikuja kuwatumikia wachungaji wengine kwa mtazamo huo huo pasipo kujali ikiwa wapo kwenye nafasi za uongozi au ndiyo walikuwa wamewekwa wakfu kuwa wachungaji. Baada ya kuomba kwa uvumilivu kwa miaka mitatu, nilitambua kuwa sikua na sifa yo yote ya majivuno ndani yangu na tangu siku hiyo sikuomba kuhusu majivuno tena.

Ikiwa hautang'oa mzizi wa dhambi, sifa hiyo ya dhambi itajitokeza kwa nguvu sana. Unaweza ukakata tama utakapotambua kuwa bado una tabia za moyo usio wa kweli uliodhani kuwa umekwisha ondoa. Unaweza ukavunjika moyo ukiwaza, 'Nilijaribu kwa bidii kuuondoa, lakini bado umo ndani yangu.'

Unaweza ukapata aina ya uongo ndani yako mpaka utakapong'oa mzizi wa asili wa ya dhambi, lakini haimaanishi kuwa hukufanya maendeleo ya kiroho. Unapomenya kitunguu, unaona maganda yanayofanana yakitokea. Lakini ukiendelea kumenya pasipo kuacha, mwishowe kitunguu kinapotea. Ndivyo ilivyo kwa asili ya dhambi. Hupaswi kuvunjika moyo kwa sababu tu hukuziondoa kabisa. Unatakiwa kuwa na uvumilivu mpaka mwisho na uendelee kujaribu kwa bidii zaidi huku ukitazamia kuona unabadilika.

Wengine hukata tama wasipopata baraka za mwilini mara baada ya kutenda kwa kufuata Neno la Mungu. Hudhani kuwa hawapokei chochote badala yake wanapata hasara wanapotenda wema. Baadhi ya watu hulalamika kuwa wanahudhuria kanisani kwa bidii lakini hawabarikiwi. Bila shaka, hakuna sababu ya kulalamika. Ni kwamba hawapokei baraka za Mungu kwa sababu bado wanafuata uongo na hawaachi mambo ambayo Mungu anatwambia tuache.

Ukweli kuwa wanalalamika unathibitisha kuwa lengo la imani yao limehamishwa. Huwezi kuchoka ikiwa unatenda kwa wema na kweli kwa imani. Ukitenda zaidi kwa wema, ndivyo unavyokuwa na furaha zaidi, hivyo unakuwa na hamu zaidi ya mambo mema. Unapotakaswa kwa imani kwa njia hii, roho yako inastawi, mambo yako yote yanakwenda vizuri na unakuwa na afya.

Pili ni uvumilivu miongoni mwa watu

Unapokuwa na ushirikiana na watu wenye haiba na elimu tofauti, hali fulani zinaweza kujitokeza. Hasa kanisani, ni mahali ambapo watu kutoka matabaka mbalimbali hukusanyika. Hivyo, kwa kuanzia na mambo madogo madogo yasiyo na maana mpaka makubwa, kunaweza kukawa mawazo tofauti na amani inaweza ikatoweka pia.

Kisha watu wanaweza wakasema, "Namna yake ya kufikiri ni tofauti kabisa na ya kwangu. Ni vigumu kwangu kufanya naye kazi kwa sababu tunatofautiana kimtazamo kabisa." Lakini hata kati ya mume na mke, ni wanandoa wangapi wangeweza kuwa na mitazamo inayofanana kwa dhati? Tabia zao za maisha ni tofauti, lakini hujitahidi kuwa pamoja kwa kuchukuliana tabia za kila mmoja.

Wale wanaotaka kutakaswa watakuwa na subira katika hali ya aina yoyote na mtu wa aina yoyote na watadumisha amani. Hata katika hali ngumu na za wasiwasi, hujitahidi kuchukuliana na wengine. Hujitahidi kuwaelewa wengine kwa moyo mwema na huvumilia wanapowasaidia wengine. Hata pale wengine wanapotenda uovu, huwavumilia. Huulipa uovu huu kwa wema tu na si kwa uovu.

Tunatatakiwa pia kuwa wavumilivu tunapozihubiri au kuzishauri roho, au tunapowafunza watumishi wa kanisa kuukamilisha ufalme wa Mungu. Ninapofanya huduma ya kichungaji, ninawaona baadhi ya watu ambao mabadiliko ndani yao hutokea pole pole sana. Wanapoambatana na dunia na kumwacha Mungu, huwa ninaomboleza kwa machozi mengi, lakini sijakata tama juu yao. Ninaendelea kuwaombea kwa sababu nina matumaini kuwa siku moja watabadilika.

Ninapowaandaa watumishi wa kanisa, ninakuwa na uvumilivu kwa muda mrefu. Siwezi kuwahimiza walio chini yangu wote au nikawalazimisha wafanye kile ninachotaka. Ingawa ninajua kuwa mambo yatafanyika kwa pole pole zaidi, siwezi kumsimamisha mtumishi wa kanisa asifanye kazi yake hiyo kwa kumwambia, "Huna uwezo wa kutosha. Nimekufukuza kazi." Ninawavumilia na kuwaongoza mpaka wanapokuwa na uwezo. Ninawasubiri kwa miaka mitano, kumi au kumi na tano ili wawe na uwezo wa kutekeleza majukumu yao kupitia mafunzo ya kiroho.

Si wakati tu ambapo hawazai tunda lolote, lakini pia wakati wanapofanya mambo vibaya, ninawavumilia ili wasijikwae. Inaweza kuwa rahisi ikiwa mtu mwingine anayeweza akafanya tu kazi kwa niaba yao, au mtu huyo akabadilishwa na mwingine mwenye uwezo zaidi. Lakini sababu inayonifanya nivumilie ni kwa ajili ya kila roho. Pia kuukamilisha kabisa ufalme wa Mungu.

Ukipanda mbegu ya uvumilivu kwa njia hii, hakika utapata matunda kulingana na haki ya Mungu. Kwa mfano, ukiwavumilia baadhi ya watu mpaka wakabadilika, ukiomba kwa ajili yao kwa machozi, utakuwa na moyo mkuu wa kuwasaidia wote. Hivyo, utakuwa na mamlaka na nguvu ya kuzifufua roho nyingi. Utapata nguvu ya kuzibadilisha roho unazozivumilia na kuzilea katika moyo wako kupitia maombi ya mwenye haki. Pia, ukiuthibiti moyo wako na ukapanda mbegu ya ustahimilivu hata wakati wa mashtaka ya uongo, Mungu atakuwezesha kuvuna matunda ya baraka.

Tatu ni uvumilivu katika uhusiano wetu na Mungu

Inamaanisha uvumilivu unaopaswa kuwa nao mpaka unapopata jibu la maombi yako. Marko 11:24 inasema, "Kwa sababu hiyo nawaambia, Yoyote myaombayo mkisali, aminini ya kwamba mnayapokea, nayo yatakuwa yenu." Tunaweza kuyaamini maneno yote katika vitabu sitini na sita vya Biblia ikiwa tuna imani. Kuna ahadi za Mungu tutakazozipokea ikiwa tutaziomba na hivyo tunaweza kukamilisha chochote kwa maombi.

Lakini bila shaka, haimaanishi tunaweza kuomba na tusifanye kitu chochote. Tunatakiwa kulitendea kazi Neno la Mungu ili tuweze kupokea jibu. Kwa mfano, mwanafunzi ambaye alama za ufaulu wake ni za katikati katika darasa lake anaomba ili awe juu ya wengine. Lakini akiota tu ndoto za mchana na asijisomee, atakuwa wa kwanza darasani? Lakini akiota tu ndoto za mchana na asijisomee, atakuwa wa kwanza darasani? Ni lazima ajisomee kwa bidii huku akiomba kwa bidii ili Mungu amsaidie awe wa kwanza katika darasa lake.

Ndivyo ilivyo hata katika biashara. Unaomba kwa bidii ili biashara yako istawi, lakini lengo lako ni kuwa na nyumba nyingine, kuwekeza katika mali isiyohamishika na kupata gari ya kifahari. Je utapata jibu la maombi yako? Bila shaka, Mungu anataka watu wake waishi maisha yasiyo na upungufu wa kitu chochote, lakini Mungu hawezi kupendezwa na maombi ya kuomba vitu ili kutimiza tamaa ya mtu. Lakini ikiwa unataka kupata baraka ili uwasaidie wenye uhitaji na kusaidia kazi ya umisheni, na ikiwa utafuata njia sahihi pasipo kufanya chochote kinyume na sheria, Mungu atakuongoza kwenye njia ya baraka pasipo mashaka.

Kuna ahadi nyingi katika Biblia ambazo Mungu atajibu maombi ya watoto wake. Lakini mara nyingi watu hawapokei majibu ya maombi yao kwa sababu si wavumilivu vya kutosha. Watu wanaweza kuomba majibu ya haraka, lakini Mungu anaweza asiwajibu haraka.

Mungu huwajibu wakati unaofaa zaidi na mzuri kwa sababu anajua kila kitu. Ikiwa suala wanaloomba ni kubwa na muhimu, Mungu anaweza akawajibu pale tu kiasi cha maombi kinapokuwa kimetimia. Danieli alipoomba ili apate maono ya mambo ya kiroho, Mungu alimtuma malaika wake kujibu maombi yale Danieli alipoanza kuomba. Lakini ilichukua siku ishirini na moja kabla Danieli hajakutana na malaika. Kwa siku hizo ishirini na moja Danieli aliendelea kuomba kwa moyo ule ule wa bidii kama alivyoanza kuomba. Ikiwa tunaamini kwa dhati kuwa tumekwisha pewa kitu, basi si vigumu kusubiri kukipokea. Tutafikiri tu kuhusu furaha tutakayokuwa nayo tutakapopata ufumbuzi wa tatizo.

Baadhi ya waumini hawawezi kusubiri mpaka wapokee walichomwomba Mungu katika maombi. Wanaweza wakafunga na kumwomba Mungu, lakini jibu lisipokuja haraka, hukata tamaa wakifikiri kuwa Mungu hatawajibu.

Tukiamini na kuomba kwa dhati, hatutavunjika mioyo au kuacha. Hatujui ni lini jibu litakuja: ikiwa ni kesho, usiku wa leo, baada ya maombi yanayofuata au baada ya mwaka. Mungu anajua wakati sahihi wa kutujibu.

Yakobo 1:6-8 inasema, "Ila na aombe kwa imani, pasipo mashaka yoyote; maana mwenye shaka ni kama wimbi la bahari linalochukuliwa na upepo, na kupeperushwa huku na huku. Maana mtu kama yule asidhani ya kuwa atapokea kitu kwa Bwana. Mtu wa nia mbili husitasita katika njia zake zote."

Jambo pekee la muhimu ni namna tunavyoamini kwa dhati tunapoomba. Ikiwa tunaamini kwa hakika kuwa tumekwisha kupokea jibu, tunaweza kufurahi katika hali yoyote ile. Ikiwa tuna imani ya kupokea jibu, tutaomba na kutenda kwa imani mpaka tunapokuwa tumepewa tunda katika mikono yetu. Zaidi ya hayo, tunapopitia mateso ya moyo au mateso wakati tunapofanya kazi ya Mungu, tunaweza kuzaa matunda ya wema kupitia uvumilivu tu.

Uvumilivu wa mababa wa imani

Kutakuwa na nyakati ngumu wakati wa mbio za nyika. Na furaha ya kumaliza magumu hayo itakuwa kuu kiasi kwamba itaeleweka na wale walioipitia tu. Watoto wa Mungu wanaoshiriki katika mbio za imani wanaweza wakapitia magumu mara kwa mara, lakini wanaweza kushinda kitu chochote kwa kumwangalia Yesu Kristo. Mungu atawapa neema na nguvu yake na Roro Mtakatifu atawasaidia pia.

Waebrania 12:1-2 inasema, "Basi na sisi pia, kwa kuwa tunazungukwa na wingu kubwa la mashahidi namna hii, na tuweke kando kila mzigo mzito, na dhambi ile ituzingayo kwa upesi; na tupige mbio kwa subira katika yale mashindano yaliyowekwa mbele yetu, tukimtazama Yesu, mwenye kuanzisha na mwenye kutimiza imani yetu; ambaye kwa ajili ya furaha iliyowekwa mbele yake aliustahimili msalaba na kuidharau aibu, naye ameketi katika mkono wa kulia wa kiti cha enzi cha Mungu."

Yesu alidharauliwa na kukejeliwa sana na viumbe wake mpaka alipotimiliza majaliwa ya wokovu. Lakini kwa sababu alijua kuwa atakwenda kuketi upande wa kulia wa kiti cha enzi cha Mungu na kwamba wanadamu watapewa wokovu, alivumilia mpaka mwisho bila kujali kuhusu aibu ya mwili. Zaidi ya yote, alikufa msalabani akazichukua dhambi za wanadamu, lakini alifufuka siku ya tatu kuifungua njia ya wokovu. Mungu alimsimika Yesu kama Mfalme wa wafalme na Bwana wa mabwana kwa kuwa alitii mpaka mauti kwa upendo na imani.

Yakobo alikuwa mjukuu wa Ibrahimu na alikuwa baba wa taifa la Israeli. Alikuwa na moyo wa kung'ang'ania. Alichukua haki ya kuzaliwa ya Esao kaka yake kwa kumdanganya na akakimbilia Harani. Alipokea ahadi ya Mungu akiwa Betheli.

Mwanzo 28:13-15 inasema, "...nchi hii unayolala nitakupa wewe na uzao wako. Na uzao wako utakuwa kama mavumbi ya nchi, nawe utaenea upande wa magharibi, na mashariki, na kaskazini, na kusini; na katika wewe, na katika uzao wako, jamaa zote za dunia watabarikiwa. Na tazama, mimi nipo pamoja nawe, nitakulinda kila uendako, nami nitakuleta tena mpaka nchi hii, kwa maana sitakuacha, hata nitakapokufanyia hayo niliyokuambia." Yakobo alivumilia majaribu yake kwa miaka ishirini na mwishowe akawa baba wa Waisraeli wote.

Yusufu alikuwa mwana wa kumi na moja wa Yakobo, na miongoni mwa kaka zake, yeye peke yake ndiye aliyependwa zaidi na baba yao. Siku moja Yusufu aliuzwa Misri na kaka zake mwenyewe. Alikuwa mtumwa katika nchi ya kigeni, lakini hakuvunjika moyo. Aliifanya vyema kazi yake na alitambuliwa na mkuu wake kwa uaminifu wake. Hali yake ilikuwa nzuri kwa kusimamia masuala yote ya nyumba ya mkuu wake, lakini alishutumiwa kwa makosa na akafungwa katika gereza la kisiasa. Ilikuwa jaribu moja baada ya jingine.

Bila shaka, hatua zote zilikuwa neema ya Mungu katika mchakato wa kumwandaa kuwa waziri mkuu wa Misri. Lakini hakuna aliyejua isipokuwa Mungu. Hata hivyo, Yusufu hakuvunjika moyo alipokuwa jela, kwa sababu alikuwa na imani na aliamini ahadi ya Mungu aliyopewa akiwa mtoto. Aliamini kuwa Mungu ataitimiliza ndoto yake ambayo jua, mwezi na nyota kumi na moja angani ziliinamna mbele yake na hakuyumbishwa katika hali yoyote. Alimwamini Mungu kikamilifu na alivumilia katika mambo yote akaifuata njia sahihi kulingana na Neno la Mungu. Imani yake ilikuwa imani ya kweli.

Ingekuwaje ikiwa ungekuwa katika hali kama hiyo? Unaweza kufikiria alijisikiaje kwa miaka 13 tangu siku alipouzwa kama mtumwa? Pengine utaomba sana mbele za Mungu ili akuondoe katika hali hiyo. Pengine utajichunguza na kutubu kwa mambo yote ambayo unaweza kuyawazia ili kupokea jibu kutoka kwa Mungu. Utaomba pia neema ya Mungu kwa machozi mengi na maneno ya hekima. Na je, ikiwa hutapata majibu baada ya mwaka mmoja, miaka miwili na hata miaka kumi, lakini ukaendelea kuwa katika hali ngumu, ungejisikiaje?

Alifungwa katika miaka yake ya ujanani akiwa mwenye nguvu na alipoona siku zinapita bila kufanya jambo la maana bila shaka angejihisi wa ovyo ikiwa asingekuwa na imani aliyokuwa nayo. Angepata wazo la maisha mazuri katika nyumba ya baba yake, angepata huzuni zaidi. Lakini, daima, Yusufu alimtumaini Mungu aliyekuwa anamwangalia na aliuamini kwa dhati upendo wa Mungu atoaye vilivyo bora wakati sahihi. Hakupoteza matumaini hata wakati wa majaribu mazito na alifanya kwa uaminifu na wema akiwa na subira na mwishowe ndoto yake ikatimia.

Pia Daudi alitambuliwa na Mungu kuwa mtu aliyempenda Mungu. Lakini baada ya kutiwa mafuta kama mfalme anayefuata, alipitia majaribu mengi ikiwa ni pamoja na kufukuzwa na Mfalme Sauli. Alipitia hali ya kifo mara nyingi. Lakini kwa kuvumilia magumu yote hayo kwa imani alikuwa mfalme mkuu aliyeweza kutawala juu ya Israeli yote.

Yakobo 1:3-4 inasema, "...mkifahamu ya kuwa kujaribiwa kwa imani yenu huleta saburi. Saburi na iwe na kazi kamilifu, mpate kuwa wakamilifu na watimilifu bila kupungukiwa na neno" Ninakuhimiza uukuze uvumilivu huu kikamilifu. Uvumilivu huo utaikuza imani yako, utaupanua na kuuimarisha moyo wako ili uweze kukomaa zaidi. Utapokea baraka na majibu ya Mungu aliyoahidi ikiwa utaukamilisha kabisa uvumilivu.(Waebrania 10:36).

Uvumilivu wa kwenda katika ufalme wa mbinguni

Tunahitaji uvumilivu wa kwenda katika ufalme wa mbinguni. Wengine husema kuwa wataufurahia ulimwengu wakiwa vijana na watakwenda kanisani wakizeeka. Wengine huishi maisha ya imani wakitumaini kuwa Bwana anakuja, lakini hupoteza uvumilivu na hubadili akili zao. Kwa sababu Bwana haji haraka kama wanavyotarajia, huhisi kuwa ni vigumu kuendelea kuwa na bidii katika imani. Husema watapumzika kutahiri mioyo yao na kufanya kazi ya Mungu na watakapokuwa na uhakika wa kuiona ishara ya kuja kwa Bwana, basi watajitahidi.

Hakuna anayejua lini Mungu ataita roho zetu au lini Bwana atakuja. Hata kama tutajua wakati huo kabla, hatuwezi kuwa na imani kadri tunavyotaka. Wanadamu hawawezi kuwa na imani ya kiroho kadri wanavyotaka. Hutolewa tu kwa neema ya Mungu.

Adui ibilisi na Shetani hatawaacha waupokee wokovu kirahisirahisi. Zaidi ya hayo, ikiwa una imani ya kuingia Yerusalemu Mpya Mbinguni, unaweza kufanya kila kitu kwa uvumilivu.

Zaburi 126:5-6 inasema, "Wapandao kwa machozi watavuna kwa kelele za furaha. Ingawa mtu anakwenda zake akilia, azichukuapo mbegu za kupanda. Hakika atarudi kwa kelele za furaha, aichukuapo miganda yake." Hakika ni lazima ziwepo juhudi zetu, machozi na kulia tunapopanda mbegu na kuzikuza. Wakati mwingine mvua ya muhimu inaweza isinyeshe au kunaweza kukatokea kimbunga au mvua nyingi na ikaharibu mazao. Lakini mwisho wake, hakika tutakuwa na furaha ya mavuno mengi kulingana na kanuni za haki.

Mungu husubiri miaka elfu kama siku moja ili kupata watoto wa kweli na aliowazaa kwa maumivu ya kumtoa Mwanaye wa pekee kwa ajili yetu. Bwana alivumilia mateso msalabani, na Roho Mtakatifu pia huzaa kwa uchungu usio na kifani wakati wa kuwakuza wanadamu. Ni matumaini yangu kuwa utaukuza kwa ukamilifu uvumilivu wa kiroho, ukiukumbuka upendo huu wa Mungu ili uwe na matunda ya baraka hapa duniani na Mbinguni.

Luka 6:36

"Basi, iweni na huruma, kama Baba yenu alivyo na huruma."

Sura ya 6

Utu Wema

Kuwaelewa na kuwasamehe wengine kwa tunda la utu wema
Uhitaji wa kuwa na moyo na matendo kama ya Bwana
Kuondoa chuki ili kuwa na utu wema
Rehema kwa walio katika hali ngumu
Usiyaweke wazi mapungufu ya wengine
Uwe mkarimu kwa kila mtu
Tabia za kuwaheshimu wengine

Utu Wema

Kuna nyakati watu husema kwamba hawawezi kumwelewa mtu fulani ijapokuwa wamejaribu kumwelewa au ijapokuwa wamejaribu kumsamehe mtu, hawawezi kumsamehe. Lakini ikiwa tumezaa tunda la huruma mioyoni mwetu, hakuna kitu ambacho hatuwezi kuelewa na hakuna mtu ambaye hatuwezi kumsamehe. Tutaweza kuelewa kila aina ya mtu kwa utu wema na kumkubali kila mtu kwa upendo. Hatusemi kuwa tunampenda mtu huyu kwa sababu fulani na hatumpendi mwingine kwa sababu nyingine. Hatuwezi kutompenda wala kumchukia yeyote. Hatuwezi kuwa au kushikilia hisia mbaya dhidi ya mtu yeyote pasipo kusahau kuwa na adui.

Kuwaelewa na kuwasamehe wengine kwa tunda la huruma

Utu wema ni ule ubora au hali ya kuwa na wema. Lakini maana ya kiroho ya utu wema kwa kiasi fulani inakaribiana na rehema. Na maana ya kiroho ya rehema ni "kuwaelewa katika kweli hata wale ambao hawawezi kueleweka kabisa na wanadamu." Pia ni moyo unaoweza kusamehe katika kweli hata wale ambao hawawezi kusamehewa na wanadamu. Mungu alionyesha huruma kwa wanadamu kwa moyo wa rehema.

Zaburi 130:3 inasema, "BWANA, kama Wewe ungehesabu maovu, Ee Bwana, nani angesimama? Kama ilivyoandikwa, ikiwa Mungu asingekuwa na rehema na akatuhukumu kwa kufuata haki, hakuna ambaye angeweza kusimama mbele ya Mungu. Lakini Mungu aliwasamehe na akawakubali hata wale ambao wasingeweza kusamehewa ikiwa haki ingetekelezwa kwa ukamilifu. Zaidi ya hayo, Mungu alitoa uhai wa Mwanawe pekee kuwaokoa watu kama hao dhidi ya mauti ya milele. Kwa kuwa tumekuwa watoto wa Mungu kwa kumwamini Bwana, Mungu anatutaka tuukuze moyo huu wa rehema. Kwa sababu hii, Mungu anasema katika Luka 6:36, "Basi, iweni na huruma, kama Baba yenu alivyo na huruma."

Rehema hii inafanana na upendo lakini pia ni tofauti katika namna nyingi. Upendo wa kiroho ni kuwa na uwezo wa mtu kujitoa sadaka kwa ajili ya wengine pasipo gharama kuwekwa juu yake, ilhali rehema inahusu msamaha na kukubaliwa.. Yaani ni kuwa na uwezo wa kukubali na kufuata kila kitu cha mtu na kutomwelewa au kumchukia ijapokuwa hana thamani ya kupendwa. Hautamchukia au kumkwepa mtu fulani kwa sababu tu maoni yake ni tofauti na yako, badala yake unaweza kuwa nguvu na faraja yake. Ikiwa una moyo mkunjufu wa kuwakubali wengine, hautayafunua maovu na matendo yao mabaya lakini utayafunika na kuyakubali ili uwe na uhusiano mzuri nao.

Lilikuwepo tukio lililodhihirisha kwa uwazi kabisa moyo wake wa rehema. Siku moja Yesu aliomba usiku kucha kwenye Mlima wa Mizeituni na akaja Hekaluni asubuhi. Watu wengi walikusanyika alipokuwa ameketi chini, na kukatokea mabishano alipokuwa anahubiri Neno la Mungu. Walikuwepo baadhi ya wandishi na Mafarisayo katika kundi lililomleta mwanamke mbele ya Yesu. Alikuwa anatetemeka kwa woga.

Walimwambia Yesu kuwa mwanamke alikamatwa katika tendo za uzinzi, na wakamwuliza atamfanya nini kwa sababu Sheria inasema mwanamke kama huyo lazima auawe kwa kupigwa mawe. Ikiwa Yesu angewaambia wampige kwa mawe, ilikuwa kinyume na mafundisho yake yanayosema, "Mpende adui yako." Lakini ikiwa angewaambia wamsamehe, ilikuwa ni kupinga sheria. Inaonekana Yesu aliwekwa katika hali ngumu. Yesu, hata hivyo, aliandika kitu fulani chini na akasema kama ilivyonukuliwa katika Yohana 8:7, "Yeye asiye na dhambi miongoni mwenu na awe wa kwanza wa kumtupia jiwe." Watu walipata maumivu makali ya ghafla ya dhamiri zao na wakaondoka mmoja mmoja. Mwishowe Yesu akabaki na Yule mwanamke.

Katika Yohana 8:11 Yesu alimwambia, "Wala mimi sikuhukumu. Nenda zako; Wala usitende dhambi tena" Kusema, "sikuhukumu," inamaanisha alimsamehe. Yesu alimsamehe mwanamke ambaye asingesamehewa na akampa nafasi ya kuziacha dhambi zake. Huu ni moyo wa rehema.

Uhitaji wa kuwa na moyo na matendo kama ya Bwana

Rehema ni kusamehe kwa dhati na kuwapenda hata adui. Kama ambavyo mama humjali mtoto ambaye ndiyo kwanza amezaliwa, tunatakiwa kumkubali na kumkumbatia kila mtu. Hata ikiwa watu wana makosa makubwa au wametenda dhambi mbaya, tunakiwa kuwa na rehema kwanza badala ya kuwahukumu na kuwalaani. Tunapaswa kuzichukia dhambi na si kuwachukia watenda dhambi; tutamwelewa mtu huyo na tutajaribu kuwaacha wakaishi.

Chukulia kwamba kuna mtoto mdhaifu ambaye huugua mara kwa mara. Mama yake atajisikiaje kwa mtoto wake? Atajiuliza ni kwa nini alizaliwa hivyo na kwa nini anampitisha katika magumu namna hiyo. Hatamchukia mtoto kwa sababu ya hali hiyo. Lakini atampa upendo zaidi na kumwonea huruma kuliko watoto wengine wenye afya.

Alikuwepo mama ambaye mwanaye alikuwa na matatizo ya akili. Hata alipokuwa na umri wa miaka ishirini, akili yake ilikuwa kama ya mtoto wa miaka miwili na nusu, na mama hakuacha kumwangalia. Zaidi ya hayo, kamwe hakuwaza kuwa ilikuwa vigumu kumtunza mwanaye. Alisikia huruma na upendo kwa ajili ya mwanaye alipokuwa anamtunza. Tukizaa tunda la rehema la namna hii kwa dhati, tutakuwa na rehema si kwa watoto wetu tu lakini kwa kila mtu.

Yesu alihubiri injili ya ufalme wa mbinguni wakati wa huduma yake ya hadharani. Wasikilizaji wake hawakuwa matajiri na wenye nguvu; lakini walikuwa maskini, waliopuuzwa au wale waliochukuliwa kuwa watenda dhambi kama watoza ushuru na makahaba.

Ilikuwa vivyo hivyo Yesu alipowachagua wanafunzi wake. Watu wanaweza kufikiri kuwa ingekuwa jambo la busara kuchagua mitume kutokana na wale waliokuwa wanaijua kwa umakini Sheria ya Mungu, kwa sababu ingekuwa rahisi kuwafundisha Neno la Mungu. Lakini Yesu hakuchagua watu kama hao. Aliwachagua Mathayo, aliyekuwa mtoza ushuru; na Petro, Andrea, Yakobo na Yohana waliokuwa wavuvi.

Pia, Yesu aliponya magonjwa ya aina mbalimbali. Siku moja alimponya mtu aliyekuwa mgonjwa kwa miaka thelathini na nane na aliyekuwa anasubiri kutibuliwa kwa maji katika bwawa la Bethesda. Alikuwa anaishi kwa maumivu pasipo matumaini ya maisha, lakini hakuna aliyemjali. Lakini Yesu alikwenda kwake na akamwuliza, "Unataka kupona?" na akamponya.

Pia, Yesu alimponya mwanake aliyekuwa anatokwa damu kwa miaka kumi na miwili. Aliyafungua macho ya Batimayo, aliyekuwa kipofu ombaomba (Mathayo 9:20-22; Marko 10:46-52). Akiwa njiani kwenda katika mji wa Naini, Alimwona mjane ambaye mwanaye pekee alikuwa amekufa. Alimwonea huruma na akamfufua mwanaye aliyekufa (Luke 7:11-15). Kwa kuongezea kwa haya, aliwajali wale waliokuwa katika mateso. Alikuwa rafiki wa waliotengwa kama watoza ushuru na wenye dhambi.

Kwa sababu alikula pamoja na wenye dhambi baadhi ya watu walimkosoa kwa kusema, "Mbona mwalimu wenu anakula pamoja na watoza ushuru na wenye dhambi?" (Mathayo 9:11). Lakini Yesu aliposikia hili alisema, "Wenye afya hawahitaji tabibu, bali walio wagonjwa. Lakini nendeni, mkajifunze maana yake maneno haya: Nataka rehema, wala si sadaka; kwa maana sikuja kuwaita wenye haki, bali wenye dhambi" (Mathayo 9:12-13). Alitufundisha moyo wa huruma na rehema kwa ajili ya wenye dhambi na wagonjwa.

Yesu hakuja kwa ajili ya matajiri na wenye haki lakini alikuja hasa kwa ajili ya maskini na wenye dhambi. Tunaweza kuzaa tunda la rehema tunapouchukua moyo huu na matendo ya Yesu. Sasa, hebu tuangalia kile tunapaswa kufanya ili tuzae tunda la rehema.

Kuondoa chuki ili kuwa na utu wema

Watu wa ulimwengu huwaangalia na kuwahukumu watu kwa kuangalia mwonekano. Tabia na mitazamo yao kwa watu hubadilika kutegemeana na ikiwa watu ni matajiri au maarufu. Watoto wa Mungu hawapaswi kuwahukumu na kuwaangalia watu kwa mwonekano wao au kubadilisha tabia ya moyo kwa sababu ya mwonekano. Tunatakiwa kuwafikiria hata watoto wadogo au wale wanaoonekana wanyonge kuwa ni bora kuliko sisi wenyewe na kuwahudumia kwa moyo wa Bwana.

Yakobo 2:1-4 inasema, "Ndugu zangu, imani ya Bwana wetu

Yesu Kristo, Bwana wa utukufu, msiwe nayo kwa kupendelea watu. Maana akiingia katika sinagogi lenu mtu mwenye pete ya dhahabu na mavazi mazuri; kisha akiingia na maskini, mwenye mavazi mabovu; nanyi mkimstahi yule aliyevaa mavazi mazuri, na kumwambia, 'Wewe keti hapa mahali pazuri; na kumwambia yule maskini,' Wewe simama pale, au keti miguuni pangu, 'je! Hamkufanya hitilafu mioyoni mwenu, mkawa waamuzi wenye mawazo maovu?"

Pia, 1 Petro 1:17 inasema, "Na ikiwa mnamwita Baba, yeye ahukumuye kila mtu pasipo upendeleo, kwa kadiri ya kazi yake, nendeni kwa hofu katika wakati wenu wa kukaa hapa kama wageni."

Tukizaa tunda la rehema, hatutawahukumu wala kuwalaumu wengine kwa mwonekano wao. Pia tunapaswa kuangalia ikiwa tuna hisia au upendeleo katika hali ya kiroho. Wapo baadhi ya watu ambao ni wazito kuelewa masuala ya kiroho. Wengine wana mapungufu kimaumbile, hivyo wanaweza kuzungumza au kufanya mambo mengine yaliyo nje ya muktadha katika hali fulani. Bado wengine wanaweza kutenda katika hali iliyo kinyume na namna ya Bwana.

Unapowaona au ukazungumza na watu hao, hujawahi kuhisi kukata tamaa? Hujawahi kuwapuuza au ukajaribu kuwakwepa kwa kiwango fulani? Umewahi kuwakwaza wengine kwa maneno yako makali au tabia yako isiyo na upole?

Pia, watu wengine huzungumza kuhusu wengine na kuwalaani wengine kama vile wamekaa kwenye kiti cha jaji mtu huyo anapokuwa ametenda dhambi. Mwanamke aliyekuwa amezini alipoletwa kwa Yesu, watu wengi walimnyooshea vidole vyao kwa kumhukumu na kumlaani. Lakini Yesu hakumlaani lakini alimpa nafasi kwa ajili ya wokovu. Ikiwa una moyo wa rehema namna hiyo, utakuwa na huruma kwa wale wanaoadhibiwa kwa ajili ya dhambi zao na utatumaini kuwa watashinda.

Rehema kwa walio katika hali ngumu

Tukiwa watu wenye rehema, tutawahurumia wale walio katika hali ngumu na tutafurahi kuwasaidia. Hatutawaonea huruma tu na kusema, "kaza moyo na uwe imara!" kwa midomo yetu tu. Tutawapa aina fulani ya msaada.

1 Yohana 3:17-18 inasema, "Lakini mtu akiwa na riziki ya dunia, kisha akamwona ndugu yake ni mhitaji, akamzuilia huruma zake, je! Upendo wa Mungu wakaaje ndani yake huyo? Watoto wadogo, tusipende kwa neno, wala kwa ulimi, bali kwa tendo na kweli." Pia, Yakobo 2:15-16 inasema, "Ikiwa ndugu mwanamume au ndugu mwanamke yu uchi na kupungukiwa na riziki, na mmoja wenu akawaambia, Nendeni zenu kwa amani, mkaote moto na kushiba, lakini asiwape mahitaji ya kimwili, yafaa nini?"

Hupaswi kufikiria, 'Inasikitisha kuwa ana njaa, lakini hakika siwezi kufanya chochote kwa sababu nina chakula cha kunitosha mimi tu.' Ukiwa na huruma kwa moyo wa dhati, unaweza kushiriki naye au ukampa sehemu ya chakula chako. Ikiwa mtu anafikiri kuwa hali yake haimruhusu kuwasaidia wengine, basi hata akiwa tajiri hatawasaidia wengine.

Hii haihusu vitu vya mwilini tu. Unapomwona mtu anayeteseka kwa tatizo la aina yoyote, unapaswa kumsaidia na kushiriki maumivu yake. Hii ndiyo rehema. Hasa, unapaswa kujali sana kwa ajili ya wale wanaoingia Jehanamu kwa sababu hawamwamini Bwana. Utajitahidi kwa kadri uwezavyo kuwaingiza katika njia ya wokovu.

Tangu kufunguliwa kwa Kanisa Kuu la Manmin, kumekuwepo kazi kuu za nguvu ya Mungu. Lakini bado ninaomba kwa ajili ya nguvu kuu zaidi na kuyaweka wakfu maisha yangu katika kuidhihirisha nguvu hiyo. Ni kwa sababu mimi mwenyewe niliteseka katika umaskini na nilipitia maumivu ya kupoteza matumaini kwa sababu ya ugonjwa. Ninapowaona watu wanaoteseka kwa matatizo haya, ninahisi maumivu yao kama maumivu yangu na ninataka niwasaidie kwa kadri ninavyoweza.

Ni hamu yangu kutatua matatizo yao na kuwaokoa dhidi ya adhabu za Jehanamu na kuwaongoza kuingia Mbinguni. Lakini mimi peke yangu ninawezaje kuwasaidia watu wengi namna hiyo? Jibu nililopokea kwa swali hili ni nguvu ya Mungu. Ijapokuwa siwezi kutatua matatizo yote ya umaskini, magonjwa na mambo mengi ya watu wote, ninaweza kuwasaidia wakakutana na kumfurahia Mungu. Ndiyo sababu ninajaribu kuidhihirisha nguvu kuu ya Mungu, ili watu wengi wakutane na wamfurahie Mungu.

Ni dhahiri, kuonyesha nguvu ni mwisho wa mchakato wa wokovu. Ijapokuwa wanakuja ili wawe na imani kwa kuiona nguvu, tunatakiwa kuwaangalia kimwili na kiroho mpaka wanaposimama katika imani. Ndiyo sababu nilifanya kadri nilivyoweza kuwasaidia wahitaji hata wakati ambapo kanisa letu lilikuwa na matatizo ya kifedha. Ilikuwa hivyo ili waweze kuelekea kwenda mbinguni wakiwa na nguvu zaidi. Mithali 19:17 inasema, "Amhurumiaye maskini humkopesha BWANA, Naye atamlipa kwa tendo lake jema.." Ukizitunza roho kwa moyo wa Bwana, Hakika Mungu atakulipa baraka zake.

Usiyaweke wazi mapungufu ya wengine

Ikiwa tunampenda mtu fulani, wakati mwingine tunamshauri au kumkemea. Ikiwa wazazi hawawakaripii watoto wao na wanawasamehe kila wakati kwa sababu tu wanawapenda, watoto huharibika. Lakini tukiwa na rehema tunaweza kuadhibu, kukemea au kuonyesha mapungufu. Tunaposhauri, tunashauri tukiwa na moyo wa maombi na kuujali moyo wa mtu.. Mithali 12:18 inasema, "Kuna anenaye bila kufikiri, kama kuchoma kwa upanga, Bali ulimi wa mwenye haki ni afya." Wachungaji na viongozi wanaowafundisha waamini lazima wazingatie maneno haya.

Kwa urahisi unaweza ukasema, "Huna moyo wa kweli ndani yako, na haimpendezi Mungu. Una mapungufu haya na haya, na hupendwi na wengine kwa sababu ya mambo haya." Hata kama unayoyasema ni ya kweli, ukiyaanika mapungufu kwa kujihesabia haki au mifumo pasipo upendo, haileti afya. Wengine hawatabadilika kutoka na ushauri, kiukweli, hisia zao zitaumizwa na watakata tamaa na kupoteza nguvu.

Wakati mwingine, baadhi ya washirika kanisani huniomba niwaambie mapungufu yao ili wayatambue na wabadilike. Husema wanataka wayatambue mapungufu yao na wabadilike. Hivyo , nikianza kusema kwa ungalifu mkubwa jambo fulani, hunikatisha ili wafafanue misimamo yao, ili niweze kutoa ushauri wa kweli. Kushauri si jambo rahisi. Wakati huo wanaweza kupokea kwa shukrani, lakini wakipoteza ukamilifu wa Roho, hakuna anayejua kitakachotokea katika mioyo yao.

Wakati mwingine, ninalazimika kuonyesha vitu ili kuukamilisha ufalme wa Mungu au kuwafanya watu wapate suluhisho la matatizo yao. Huwa ninaangalia hali zao kwenye sura zao nikiwa katika hali ya maombi, nikitumaini kuwa hawataona kuwa wanadhalilika au hawatakata tamaa.

Ni dhahiri, Yesu alipowakemea Mafarisayo na wandishi kwa maneno makali, hawakuweza kupokea ushauri wake. Yesu alikuwa anawapa nafasi ili kwamba pengine hata mmoja wao angeweza kumsikiliza na akatubu. Pia, kwa sababu walikuwa walimu wa watu, Yesu alitaka watu watambue na wasidanganywe na unafiki wao.. Tofauti na matukio kama hayo, hupaswi kuzungumza maneno yanayoweza kudhalilisha hisia za wengine au kudhihirisha uchafu wao na wakajikwaa. Ikitokea ni lazima utoe ushauri kwa sababu ni muhimu sana, unatakiwa kushauri kwa upendo, ukifikiri kutokea katika mtazamo wa wengine na kuijali roho hiyo.

Uwe mkarimu kwa kila mtu

Watu wengi wanaweza kutoa kwa moyo vile walivyonavyo kwa kiwango fulani kwa wale wanaowapenda. Hata walio bahiri wanaweza kuwaazima au kuwapa zawadi wengine ikiwa wanajua wanaweza kupata kitu fulani kutoka kwa wanaowapa. Katika Luka 6:32 inasema, "Maana mkiwapenda wale wawapendao ninyi, mwaonesha fadhili gani? Kwa kuwa hata wenye dhambi huwapenda wale wawapendao." Tunaweza kuzaa tunda la rehema ikiwa tutajitoa sisi wenyewe pasipo kutaka kurudishiwa kitu chochote.

Tangu mwanzo Yesu alijua Yuda angemsaliti, lakini alimtendea sawa na wanafunzi wengine. Alimpa nafasi nyingi tena na tena ili aweze kutubu. Hata alipokuwa anasulibishwa, Yesu aliomba kwa ajili ya waliokuwa wanamsulibisha. Luka 23:34 inasema, "Yesu akasema, Baba, uwasamehe, kwa kuwa hawajui watendalo." Hii ndiyo rehema ambayo tunaweza kuitumia kuwasamehe hata wale ambao hawawezi kusamehewa kabisa.

Katika kitabu cha Matendo ya Mitume, pia tunamwona Stefano alikuwa na tunda hili la rehema. Hakuwa mtume, lakini alijaa neema na nguvu ya Mungu. Ishara kuu na miujiza ilitendeka kupitia yeye. Wale ambao hawakukubaliana na ukweli huu walijaribu kubishana naye, lakini alipojibu kwa hekima ya Mungu katika Roho Mtakatifu, walishindwa kumbishia. Inasema watu waliona uso wake ulikuwa kama wa malaika (Matendo ya Mitume 6:15).

Wayahudi walipata maumivu katika dhamiri kuyasikiliza mahubiri ya Stefano, na mwishowe wakamtoa Stefano nje ya mji na wakamwua kwa kumpiga mawe. Hata alipokuwa anakufa, aliwaombea wale waliokuwa wanampiga kwa mawe, "Bwana, usiwahesabie dhambi hii!" (Matendo ya Mitume 7:60). Hii inatuonyesha kuwa alikwisha wasamehe tayari. Hakuwa na chuki dhidi yao, lakini alikuwa na tunda la rehema kwa kuwahurumia. Stefano aliweza kudhihirisha kazi hizo kuu kwa sababu alikuwa na moyo kama huo.

Sasa umekuza moyo wa aina hii kwa kiwango gani? Je bado kuna mtu usiyempenda au mtu ambaye hampatani? Unapaswa kuwakubali na kuwakumbatia wengine hata kama tabia zao na maoni yao hayaendani na yako. Kwanza unapaswa kuwaza kutokea katika mtazamo wa mtu. Ndipo unaweza kubadili hisia ya kutompenda mtu huyo.

Ikiwa utawaza tu kwa kusema, 'Kwa nini anafanya hivyo? Siwezi kumwelewa,' ndipo utakuwa na hisia hasi na hutakuwa na raha utakapomwona mtu huyo. Lakini ukiweza kufikiri kwa kusema, 'Ah, kwa mazingira yake anaweza kuenenda namna hii,' ndipo unaweza kubadili hisia ya kutompenda. Sasa, ni bora uwe na rehema juu ya mtu huyo ambaye hawezi kubadilika lakini akawa hivyo hivyo na utamwombea.

Kadri unavyobadilika kimsimamo na hisia kwa njia hii, unaweza kuiondoa chuki na hisia ovu moja baada ya nyingine. Ukitunza hisia unayotaka kuishikilia katika ukaidi wako, huwezi kuwakubali wengine. Wala huwezi kuiondoa chuki au hisia mbaya ndani yako. Unapaswa kuondoa kujihesabia haki na kubadili mawazo na hisia zako ili uweze kumhudumia kila mtu.

Tabia za kuwaheshimu wengine

Ili kuzaa tunda la rehema, tunapaswa kuwapa heshima wengine wanapofanya jambo fulani vizuri na tunapaswa kukubali lawana jambo fulani linapoharibika. Mwingine anaposifiwa zaidi ijapokuwa mlifanya kazi pamoja, bado unaweza ukafurahi pamoja naye kama vile ni furaha yako wewe mwenyewe. Hautajisikia vibaya ukifikiri kuwa ulifanya kazi zaidi na mwingine ndiye anasifiwa ijapokuwa ana mapungufu mengi. Utashukuru tu ukifikiri kuwa anaweza kuwa na ujasiri zaidi na atafanya kazi zaidi baada ya kusifiwa na wengine.

Mama akifanya jambo na mtoto wake, mtoto peke yake ndiye akasifiwa, mama atajisikiaje? Hakuna mama ambaye anaweza kulalamika akisema alimsaidia mtoto wake kufanya kazi kwa usahihi na hakupata zawadi. Pia, ni vizuri kwa mama kusikia watu wakimwambia ni mrembo, lakini atafurahi zaidi akisikia watu wanasema binti yake ni mrembo.

Tukiwa na tunda la rehema, tunaweza kumweka mwingine mbele yetu na tukamrundikia sifa. Na tutafurahi pamoja naye kana kwamba sisi sote tumesifiwa. Rehema ni tabia ya Mungu baba aliyejaa huruma na upendo. Si rehema tu, lakini matunda yote ya Roho Mtakatifu ni moyo mkamilifu wa Mungu. Upendo, furaha, amani, uvumilivu na matunda mengine yote ni sifa tofauti za moyo wa Mungu.

Hivyo, kuzaa matunda ya Roho Mtakatifu inamaanisha tunatakiwa kujitahidi kuwa na moyo wa Mungu ndani yetu na kuwa wakamilifu kwa kuwa Mungu ni mkamilifu. Kadri matunda ya kiroho yanavyoiva ndani yako, ndivyo utakuwa mtu wa upendo zaidi, na Mungu hataweza kuuzuia upendo wake kwa ajili yako. Atafurahi kwa ajili yako akisema ni watoto na binti wanaofanana naye sana. Ukiwa mtoto wa Mungu unayemfurahisha, unaweza kupokea kila kitu unachoomba katika maombi hata vitu ambavyo unaviwazia katika moyo wako, Mungu anavijua na atakujibu. Ni matumaini yangu kuwa ninyi nyote mtazaa matunda ya Roho Mtakatifu kwa ukamilifu na mtampendeza Mungu katika mambo yote, ili mjae baraka na heshima kuu katika ufalme wa mbinguni kama watoto wanaofanan na Mungu kikamilifu.

Wafilipi 2:5

"Iweni na nia iyo hiyo ndani yenu ambayo ilikuwamo pia ndani ya Kristo Yesu."

Sura ya 7

Fadhili

Tunda la fadhili
Kutafuta fadhili kwa kufuata shauku ya Roho Mtakatifu
Chagua fadhili katika mambo yote kama Msamaria mwema
Usigombane wala kujisifu katika hali yoyote
Usiuvunje mwazi uliopondeka, wala kuzima utambi utokao moshi
Nguvu ya kuufuata wema katika kweli

Fadhili

Usiku mmoja, kijana aliyekuwa na nguo zilizochakaa alikwenda kuwaona watu wazima wawili wanandoa ili apange chumba. Wanandoa walimhurumia na wakampangisha chumba. Lakini kijana huyu hakwenda kazini, badala yake alitumia siku zake kwa kunywa. Katika hali kama hii watu wengi wangemfukuza wakidhani kuwa hataweza kulipa pango. Lakini wanandoa hawa walimpa chakula mara kwa mara na wakamtia moyo huku wakimhubiria injili.. Aliguswa kwa matendo yao ya upendo, kwa sababu walimtendea kama vile alikuwa mwana wao. Mwishowe alimpokea Yesu Kristo na akafanywa mpya.

Tunda la fadhili

Kumpenda mtu aliyepuuzwa au asiye wa jamii yako mpaka mwisho pasipo kuchoka ni fadhili. Tunda la fadhili si tu kwamba hukaa moyoni lakini hudhihirishwa katika matendo kama wanandoa hawa.

Ikiwa tutazaa tunda la fadhili, tutatoa harufu ya Kristo kila mahali. Watu wanaotuzunguka wataguswa wakiona matendo yetu na watampa Mungu utukufu.

"Fadhili" ni ubora wa kuwa mpole, mtu unayejali, mwenye moyo mwema, na mwadilifu. Kiroho hata hivyo, ni moyo unaotafuta wema katika Roho Mtakatifu, ambao ni wema katika kweli. IKiwa tutazaa kwa ukamilifu tunda hili la fadhili, tutakuwa na moyo wa Bwana na uliosafi na usio na madoa.

Wakati mwingine, hata wasio waamini ambao hawajampokea Roho Mtakatifu hufuata fadhili katika maisha yao kwa kiasi fulani. Watu wa ulimwengu hutambua na kuhukumu kama kitu ni chema au kiovu kwa dhamiri zao. Katika mazingira ambapo hakuna hukumu ya dhamiri, watu wa ulimwengu hudhani ni wema na wana haki. Lakini dhamiri ya mtu mmoja ni tofauti na ya mwingine. Kuelewa fadhili kama tunda la Roho, ni lazima kwanza kuzielewa dhamiri 'za watu.

Kuutafuta fadhili kwa kufuata tamaa za Roho Mtakatifu

Baadhi ya waumini wapya wanaweza kuhukumu mahubiri kutegemeana na uelewa na dhamiri zao, wakisema, "Maoni hayaendani na nadharia hii ya kisayansi." Lakini kadri wanavyokua katika imani na kujifunza Neno la Mungu, wanakuja kutambua kuwa kiwango chao cha kuhukumu si sahihi.

Dhamiri ni kiwango cha kutambua kati ya wema na uovu, ambacho msingi wake ni asili ya mtu. Asili ya mtu inategemea aina ya kungu ya uhai aliyozaliwa nayo mtu na mazingira alimokulia. Watoto waliopata mazingira mazuri ya kuishi wana asili nzuri. Pia, watu waliokulia katika mazingira mazuri, wakiona na kusikia mambo mazuri, wana uwezekano mkubwa wa kuwa na dhamiri nzuri. Upande mwingine, ikiwa mtu amezaliwa na asili nyingi za uovu kutoka kwa wazazi wake na akakutana na mambo mengi ya uovu, asili na dhamiri yake zina uwezekano mkubwa wa kuwa ovu.

Kwa mfano, watoto waliofundishwa kuwa wakweli wanaposema uongo husikia kichefuchefu. Lakini watoto waliokua miongoni mwa waongo, huona ni sawa tu kusema uongo. Wala hawawazi kuwa wanadanganya. Kwa kuwaza kuwa uongo ni sawa, dhamiri zao zimechafuliwa kwa uovu kiasi kwamba hawana chembe ya maumivu katika dhamiri zao kuhusu uongo.

Pia, ijapokuwa watoto wamekuzwa na wazazi wamoja katika mazingira sawa, hupokea mambo kwa utofauti. Baadhi ya watoto huwatii wazazi wao na wengine wana utashi binafsi mkubwa na hawawaheshimu wazazi wao.. Hivyo, japo ndugu wanaweza kulelewa na wazazi wamoja, dhamiri zao huwa tofauti. Dhamiri huumbika kiutofauti kutegemeana na maadili ya kijamii na kiuchumi walimokulia. Kila jamii ina mfumo wake wa kimaadili na kiwango cha miaka 100 iliyopita, 50 iliyopita na kile cha leo vinatofautiana. Kwa mfano, walipokuwa na watumwa, hawakuwazia kuwa ni vibaya kuwapiga watumwa na kuwalazimisha kufanya kazi. Pia, miaka kama 30 iliyopita, haikukubalika kijamii kwa wanawake kuweka wazi miili yao hadharani. Kama inavyosemwa, dhamiri hutofautiana kutegemeana na mtu, eneo na wakati. Wale wanaodhani kuwa wanafuata dhamiri zao hufuata yale wanafikiri kuwa ni mazuri. Hata hivyo hawawezi kutajwa kuwa wanatenda kwa wema uliokamilika.

Lakini sisi tunaomwamini Mungu tuna kiwango sawa ambacho tunatofautisha kati ya wema na uovu. Tuna Neno la Mungu kama kigezo. Kiwango hiki ni kile kile jana, leo na milele. Fadhili za kiroho ni kuwa na ukweli huu kama dhamiri na kuufuata. Ni hamu ya kuzifuata karama za Roho Mtakatifu na kutafuta fadhili. Lakini kuwa tu na hamu ya kufuata fadhili, hatuwezi kusema tumezaa tunda la fadhili. Tunaweza kusema tumezaa tunda pale hamu ya kufuata fadhili imedhihirika na kutendewa kazi kwa vitendo.

Mathayo 12:35 inasema, "Mtu mwema katika akiba njema hutoa mema" Mithali 22:11 pia inasema, "Apendaye usafi wa moyo, na neema ya midomo, Mfalme atakuwa rafiki yake." Kama ilivyo katika mistari hiyo hapo juu, wanaotafuta fadhili watakuwa na matendo mema yanayoonekana kwa nje. Kila mahali wanakokwenda na kila wanayekutana naye, huonyesha ukarimu na upendo kwa maneno na matendo mema. Kama ambavyo mtu aliyejipuliza manukato hutoa harufu nzuri, wale wenye fadhili watatoa harufu nzuri ya Kristo.

Baadhi ya watu hutaka kustawisha moyo wa fadhili, hivyo huwafuata watu wa kiroho na kutaka kuwa na urafiki nao. Hufurahia kusikia na kujifunza kweli. Huguswa kwa urahisi na hutoa machozi mengi. Lakini hawawezi kustawisha moyo wa fadhili kwa sababu wanaitafuta tu. Ikiwa wanasikia na kujifunza kitu, wanatakiwa kukistawisha katika moyo wao na kukitendea kazi. Kwa mfano, ikiwa unapenda tu kuzungukwa na watu wema na unawakwepa wasio wema, je huko ni kuutafuta wema?

Yapo mambo ya kujifunza kutoka hata kwa wale wasio na fadhili. Hata kama huwezi kujifunza kitu chochote kutoka kwao, unaweza kupokea somo kutoka katika maisha yao. Ikiwa kuna mtu mwenye hasira, unaweza kujifunza namna ambavyo hasira yake inasababisha agombane na kubishana kila wakati. Kutokana na uchunguzi huu unajifunza kwa nini hupaswi kuwa na hasira kama hiyo. Ukiwa na urafiki na walio na fadhili tu, huwezi kujifunza kutokana na vitu unavyosikia wala kuona. Daima yapo mambo ya kujifunza kutoka kwa watu wa aina mbalimbali. Unaweza ukadhani kuwa una hamu kubwa ya fadhili, na ukajifunza na kujua mambo mengi, lakini unapaswa kujiangalia mwenyewe ikiwa una matendo halisi ya kukuongezea fadhili.

Chagua fadhili katika mambo yote kama Msamaria mwema

Kutokana na hili, hebu tuangalie kwa undani zaidi fadhili za kiroho ni nini, ambao ni kutafuta fadhili katika kweli na katika Roho Mtakatifu. Kusema kweli fadhili za kiroho ni dhana pana sana. Asili ya Mungu ni wema, na kwamba wema umeambatanishwa kila mahali pote katika Biblia. Lakini mstari ambao tunaweza kunusa harufu ya fadhili ni kutoka katika Wafilipi 2:1-4:

Basi ikiwako faraja yoyote katika Kristo, yakiwako matulizo yoyote ya mapenzi, ukiwako ushirika wowote wa Roho, ikiwako huruma yoyote na rehema, ijalizeni furaha yangu, ili muwe na nia moja, wenye mapenzi mamoja, wenye roho moja, mkiwaza mamoja. Msitende neno lolote kwa kushindana wala kwa majivuno; bali kwa unyenyekevu, kila mtu na amhesabu mwenziwe kuwa bora kuliko nafsi yake. Kila mtu asiangalie mambo yake mwenyewe, bali kila mtu aangalie mambo ya wengine.

Mtu mwenye fadhili za kiroho hutafuta wema katika Bwana, hivyo huziinua na kuzitegemeza hata kazi ambazo kwa hakika hakubaliani nazo. Mtu kama huyo ni mnyenyekevu na hana hisia yoyote ya kutaka kujulikana au kuonekana. Ijapokuwa wengine si matajiri au wenye akili kama yeye alivyo, anaweza akawaheshimu kutoka moyoni na anaweza kuwa rafiki yao wa kweli.

Ijapokuwa wengine humpa wakati mgumu pasipo sababu, huwakubali tu kwa upendo. Huwahudumia na hujinyenyekeza, ili awe na amani na kila mtu. Si kwamba atatekeleza majukumu yake kwa uaminifu tu, lakini ataziangalia kazi za wengine. Katika Luka sura ya 10, tuna mfano wa Msamaria Mwema.

Mtu mmoja alikuwa anasafiri kutoka Yerusalemu kwenda Yeriko. Majambazi wakamvamia wakamwibia na kumpiga wakamwacha akiwa amezirai. Kuhani alikuwa anapita na akaona kuwa alikuwa anakufa, lakini kuhani alimpita. Mlawi alimwona pia, lakini naye pia alimpita. Makuhani na Walawi ndiyo wanaolijua Neno la Mungu na ndiyo wanaomtumikia Mungu. Wanaijua Sheria vizuri kuliko mtu yeyote. Hujivuna hata kwa namna wanavyomtumikia Mungu vizuri.

Walipotakiwa kufuata matamanio ya Mungu hawakuonyesha

matendo waliyotakiwa kuonyesha. Ni wazi, wangesema walikuwa na sababu ya kutomsaidia. Lakini ikiwa wangekuwa na wema, wasingempuuza mtu aliyekuwa anahitaji sana msaada wao.

Baadaye, Msamaria alikuwa anapita na akamwona mtu huyo aliyekuwa ameibiwa. Msamaria huyo alimwonea huruma na akamfunika vidonda vyake. Alimbeba juu ya mnyama wake na akampeleka katika nyumba ya kulala wageni na akamwomba mtunza nyumba amwangalie. Siku iliyofuata alimlipa mtunza nyumba dinari mbili na akaahidi kuwa anaporudi atalipa gharama zaidi atakazokuwa ametumia.

Ikiwa Msamaria angewaza kichoyo, asingekuwa na sababu yoyote ya kufanya kile alichofanya. Yeye pia alikuwa na shughuli nyingi, na hangepoteza muda na pesa kwa kujihusisha na masuala ya mtu asiyemfahamu. Pia, angeweza tu kumfanyia huduma ya kwanza, na asingetakiwa kumwomba mtunza nyumba ya wageni kumwangalia na kuahisdi kuwa angelipa gharama zaidi.

Lakini kwa kuwa alikuwa na wema, alishindwa kumpuuzia mtu aliyekuwa anakufa. Ijapokuwa angepata hasara ya muda na pesa, na ijapokuwa alikuwa na shughuli za kufanya, alishindwa kumwacha mtu aliyekuwa katika hali ngumu ya kuhitaji msaada wake. Alipoona hataweza kumwangalia mtu huyu yeye mwenyewe, alimwomba mtu mwingine amsaidie. Ikiwa pia angempita tu kwa sababu zake binafsi pia, huko mbele, pengine msamaria huyu angekuwa na mzigo moyoni mwake kuhusu jambo hili.

Angekuwa anajiuliza maswali kila wakati na kujilaumu akiwaza, 'Sijui nini kilimpata Yule mtu aliyeumizwa. Nilipaswa kumsaidia hata kama ningepata hasara. Mungu alikuwa ananiangalia na ilikuwaje nikafanya hivi?' Fadhili za kiroho ni kushindwa kuvumilia ikiwa tunashindwa kuchagua njia ya fadhili. Hata hisia kuwa kuna mtu anataka kutudanganya, tunachagua fadhili katika mambo yote.

Usigombane wala kujisifu katika hali yoyote

Mstari mwingine unaotufanya tujue fadhili za kiroho ni Mathayo 12:19-20. Mstari wa 19 unasema, "Hatateta wala hatapaza sauti yake; Wala mtu hatasikia sauti yake njiani." Mstari unaofuata wa 20 unasema, "Mwanzi uliopondeka hatauvunja, wala utambi utokao moshi hatauzima, Hadi ailetapo hukumu ikashinda.

Hii inahusu fadhili za kiroho za Yesu. Wakati wa huduma yake, Yesu hakuwa na tatizo wala mizozano na magonvi na yeyote. Tangu utotoni alilitii Neno la Mungu, na wakati wa huduma yake hadharani, alitenda mambo mema tu, kuhubiri injili ya ufalme wa mbinguni na kuponya wagonjwa. Na bado, mwovu alimjaribu kwa maneno mengi ili kujaribu kumwua.

Kila wakati Yesu alijua makusudi yao maovu lakini hakuwachukia. Aliwaacha watambue utashi wa kweli wa Mungu. Waliposhindwa kuutambua, hakugombana nao lakini aliwakwepa tu. Hata alipokuwa anahojiwa kabla ya kusulubiwa, hakugombana wala kubishana.

Tunapopitia hatua ya uanafunzi katika imani yetu ya Kikristo, tunajifunza Neno la Mungu kwa kiwango fulani. Hatuwezi kupaza sauti zetu au kukasirika kwa sababu tu ya kutofautiana jambo fulani na wengine. Lakini mabishano si kupaza sauti zetu tu. Ikiwa tuna hisia zisizo nzuri kutokana na kutoelewana, huko ni kuwa na mabishano. Tunasema ni kuwa na mabishano kwa sababu amani ya moyo imepotea.

Kukiwa mabishano moyoni, sababu inakuwa ndani ya mtu mwenyewe. Si kwa sababu kuna mtu anatupa wakati mgumu. Si kwa sababu hawaenendi katika namna tunayodhani ni sahihi. Ni kwa sababu mioyo yetu ni myembamba kuwakubali, na ni kwa sababu tuna mifumo ya mawazo inayotugonganisha na mambo mengi.

Kipande cha nguo laini hakiwezi kutoa sauti kinapogongwa na kitu chochote. Hata ikiwa tutatikisa bilauri yenye maji safi, maji hayo yatabaki kuwa safi. Ndivyo ilivyo hata kwa moyo wa mtu. Ikiwa amani ya akili inapotea na hisia mbovu zinakuja katika hali fulani, ni kwa sababu uovu bado unakuwepo moyoni.

Inasemwa kuwa Yesu hakupiga kelele, sasa, ni kwa sababu gani wengine wanapiga kelele? Ni kwa sababu wanataka kujifunua na kujigamba. Wanapiga kelele kwa sababu wanataka watambuliwe na watumikiwe na wengine.

Yesu alifanya kazi ya ajabu kama kufufua wafu na kuwafungua macho vipofu. Lakini, bado alikuwa mnyenyekevu. Zaidi ya hayo hata watu walipomdhihaki alipotundikwa msalabani, alitii mapenzi ya Mungu mpaka kifo, kwa kuwa hakuwa na nia ya kujifunua (Wafilipi 2:5-8). Inasemekana pia kuwa hakuna aliyesikia sauti yake mitaani. Inasemwa kuwa tabia yake ilikuwa nzuri. Alikuwa sawa katika mwenendo, tabia na namna ya kuongea. Fadhili zake za ajabu, unyenyekevu na upendo wa kiroho vilivyokuwa ndani kabisa ya moyo wake vilifunuliwa kwa nje.

Tukizaa tunda la fadhili za kiroho, hatutakuwa na migongano wala matatizo na mtu yeyote kama ambavyo Bwana wetu hakuwa na migongano. Hatutazungumza kuhusu makosa na mapungufu ya wengine. Hatutajaribu kujighamba au kujiinua miongoni mwa wengine. Ijapokuwa tunateseka, hatulalamiki.

Usiuvunje mwazi uliopondeka, wala kuzima utambi utokao moshi

Tunapopanda mti au mmea, unapokuwa na majani mabaya au matawi, kwa kawaida huwa tunayakata kuyaondoa. Pia, utambi unapoungua na kumalizika, mwanga huanza kufifia, na hutoa harufu kali na moshi. Hivyo watu huizima tu. Lakini wale wenye wema wa kiroho hawatakuwa 'matete dhaifu' au 'kuzima utambi". Ikiwa kuna nafasi ndogo ya kurekebisha, hawawezi kuacha maisha hayo na hujaribu kuanzisha njia mpya kwa ajili ya wengine.

Hapa, 'matete dhaifu' inawakilisha wale waliojaa dhambi na uovu wa ulimwengu huu. Na utambi unaozimika unawakilisha wale ambao mioyo yao imechafuliwa kwa uovu kiasi kwamba mwanga wa roho zao uko karibu kuzimika. Si rahisi kwamba watu hawa ambao ni kama matete dhaifu na utambi unaozimika watampokea Bwana. Ijapokuwa wanamwamini Mungu, matendo yao hayana tofauti na ya wale wa ulimwengu. Wanampinga hata Roho Mtakatifu na wanakuwa kinyume na Mungu. Wakati wa Yesu, walikuwepo wengi ambao hawakumwamini. Na ijapokuwa waliona kazi na nguvu za kushangaza, bado walisimama na kuwa kinyume na kazi za Roho Mtakatifu. Lakini bado Yesu aliwatazama kwa imani mpaka mwisho na akafungua fursa kwa ajili yao kupokea wokovu.

Leo, hata makanisani, kuna watu wengi ambao ni kama matete dhaifu na utambi ulioungua. Wanaita 'Bwana, Bwana' kwa midomo yao lakini bado wanaishi dhambini. Baadhi yao wanampinga hata Mungu. Wakiwa na imani dhaifu, wanajikwaa katika vishawishi na wanaacha kwenda kanisani. Baada ya kufanya mambo yanayotambuliwa kuwa ni uovu katika kanisa, wanatahayarika na kuondoka kanisani. Ikiwa tuna fadhili, tunapaswa kwanza kuwanyooshea mikono yetu.

Baadhi yao wanapenda kupendwa na kutambulika kanisani, lakini hilo lisipotokea, uovu ulio ndani yao hujitokeza. Huwaonea wivu wale wanaopendwa na waumini wengine wa kanisa na wale wanaoongezeka kiroho, na huzungumza mabaya kuhusu watu hao. Hawashiriki katika kazi yoyote ikiwa haijaanzishwa nao, na hujaribu kutafuta makosa katika kazi hizo.

Hata katika hali hizi, wale wenye tunda la fadhili ya kiroho watawakubali watu hawa wanaodhihirisha uovu wao. Huwa hawajaribu kutofautisha nani yuko sahihi au la, au mwema na mwovu na kuwakandamiza. Hujishusha na kugusa mioyo yao kwa kuwatendea kwa wema na moyo wa kweli.

Baadhi ya watu huniomba niwaweke wazi watu ambao huhudhuria ibada kanisani wakiwa na malengo mambaya. Husema kwa kufanya hivyo washirika hawatadanganywa na watu kama hao hawatakuja kanisani kabisa. Ndiyo, kuweweka wazi kunaweza kulitakasa kanisa, lakini vipi familia zao na hata wale waliowaleta kanisani? Ikiwa tunawafukuza washirika kwa sababu fulani, watu wachache watabaki kanisani. Majukumu ya kanisa ni kuwabadilisha waovu na kuwaongoza kuingia katika ufalme wa mbinguni.

Bila shaka, baadhi ya watu wanaendelea kuonyesha kuongezeka kuwa waovu, wataangamia katika mauti hata kama tunawaonyesha wema. Lakini hata katika hali hizi, hatutaweka kiwango cha uvumilivu wetu na tukawakataa ikiwa watavuka kiwango hicho. Ni wema wa kiroho kujaribu kuwaruhusu kutafuta maisha ya kiroho mpaka mwisho bila kukata tamaa.

Ngano na makapi vinafanana lakini makapi hayana kitu ndani yake. Baada ya mavuno mkulima huweka ngano ghalani na kuchoma makapi. Au atayatumia kama mbolea. Kanisani kuna ngano na makapi pia. Kwani je, kila mtu anaweza kuonekana kama vile ni muumini, lakini kuna ngano inayotii Neno la Mungu na wakati huo huo kuna makapi yaoyofuata uovu.

Lakini kama ambavyo mkulima husubiri mpaka wakati wa mavuno, Mungu wa upendo huwasubiria mpaka mwisho wale walio kama makapi wabadilike. Mpaka siku ya mwisho itakapofika, tunatakiwa kumpa nafasi ya kuokolewa kila mtu tukiwa na macho ya imani, kwa kuukuza fadhili za kiroho ndani yetu.

Nguvu ya kufuata fadhili katika kweli

Unaweza ukachanganyikiwa ni kwa vipi sifa za wema huu wa kiroho utofautishwa na sifa zingine za kiroho. Na hasa, kaika mfano wa Msamaria Mwema, kitendo chake kinaweza kuelezwa kuwa ni cha kujitolea na cha rehema; na ikiwa hatugombani wala kupaza sauti zetu, basi ni lazima tuwe katika amani na unyenyekevu. Basi, je mambo haya yote yamejumuishwa katika sifa za wema wa kiroho?

Bila shaka, upendo, moyo wa kujitolewa, rehema, amani na unyenyekevu vyote ni sifa ya wema. Kama nilivyosema mwanzoni, wema ni asili ya Mungu na ni nadharia pana sana. Lakini mtazamo tofauti wa wema wa kiroho ni hamu ya kufuata wema huo na nguvu ya kuitendea kazi. Msisitizo si kuwa na rehema au kuwaonea huruma wengine au kitendo cha kuwasaidia. Msisitizo uko katika wema ambapo Msamaria asingeweza kupita tu ilhali alitakiwa kuwa na rehema.

Pia kutogombana wa kutozungumza ni sehemu ya kuwa mnyenyekevu. Lakini tabia ya wema wa kiroho katika hali hizi ni kwamba hatuwezi kuvunja amani kwa sababu tunafuata wema wa kiroho. Badala ya kupiga kelele na kutambuliwa, tunataka tuwe wanyenyekevu kwa sababu tunaufuata wema huu.

Unapokuwa mwaminifu, ukiwa na tunda la wema, utakuwa mwaminifu si tu kwa kitu kimoja lakini pia katika nyumba yote ya Mungu. Ukipuuzia mojawapo ya majukumu yako, anaweza kuwepo mtu anayeteseka kwa sababu hiyo. Ikiwa ufalme wa Mungu hauwezi kutimilizwa kama inavyopaswa. Hivyo, ukiwa na fadhili ndani yako hautajisikia raha kuhusu mambo haya. Hautayapuuzia tu, hivyo utajitahidi kuwa mwaminifu katika nyumba yote ya Mungu. Unaweza kuitumia kanuni hii katika sifa zingine zote za roho.

Walio waovu hawatakuwa na raha ikiwa hawatajitokeza katika uovu wao.. Kuonyesha kuwa wana uovu, watajisikia kuwa sawa baada ya kudhihirisha uovu huo kwa wingi. Kwa wale wenye tabia ya kuwakatisha wengine wanapozungumza, hawawezi kujithibiti pasipo kukatisha mazungumzo ya wengine. Ijapokuwa wanaumiza hisia za wengine au kuwa na wakati mgumu, wanaweza kuwa na amani baada ya kufanya kile wanachotaka. Hata hivyo, wakikumbuka na wakiendelea kujaribu kuziondoa tabia zao mbaya na sifa zisizoendana na Neno la Mungu, wataweza kuziondoa zote. Lakini wasipojaribu na wakakata tamaa, watabaki vivyo hivyo hata baada ya miaka kumi au ishirini.

Lakini watu wa fadhili ni tofauti. Wasipofuata fadhili, wanakuwa na hisia mbaya kuliko wanapopata hasara na watafikiri juu yake kila mara. Hivyo, ijapokuwa wamepata hasara, hawataki kumwumiza mtu yeyote. Ijapokuwa inaweza isiwe ya kupendeza, hujitahidi kufuata kanuni.

Tunaweza kuuhisi moyo huu kutoka kile alichosema Paulo. Alikuwa na imani kula nyama, lakini ikiwa ingemfanya mtu mwingine akakwazika, hakutaka kula nyama kwa kipindi chote kilichosalia cha maisha yake. Kwa njia hiyo hiyo, ikiwa kile wanachoweza kufurahia kinaweza kusababishia vikwazo au kutokuwa na raha wengine, watu wenye fadhili huamua kuacha na huona furaha kwa sababu ya wengine. Hawawezi kufanya chochote kitakacho wakwaza wengine; na hawawezi kufanya chochote kitakachomfanya Roho Mtakatifu aliye ndani yao akasononeka.

 Vivyo hivyo, ukifuata fadhili katika mambo yote, inamaanisha kuwa unazaa tunda la fadhili ya kiroho. Ukizaa tunda la fadhili ya kiroho, utakuwa na tabia ya Bwana. Hutafanya jambo lolote linaloweza kumkwaza hata mtoto mdogo. Utakuwa na fadhili na unyenyekevu kwa nje pia. Utaheshimiwa kwa kuwa na namna ya Bwana, na tabia na lugha yako vitakuwa vikamilifu. Utakuwa mzuri mbele ya kila mmoja, ukitoa harufu ya Kristo.

 Mathayo 5:15-16 inasema, "...Wala watu hawawashi taa na kuiweka chini ya pishi, bali juu ya kiango; nayo yawaangaza wote waliomo nyumbani. Vivyo hivyo nuru yenu na iangaze mbele ya watu, wapate kuyaona matendo yenu mema, wamtukuze Baba yenu aliye mbinguni." Pia, 2 Wakoritho 2:15 inasema, "Kwa maana sisi tu manukato ya Kristo, mbele za Mungu, katika wao wanaookolewa, na katika wao wanaopotea." Hivyo, ninatumaini utampa utukufu Mungu katika mambo yote kwa kuzaa tunda la fadhili ya kiroho haraka na kutoa harufu ya Kristo kwa ulimwengu.

Hesabu 12:7-8

"Yeye ni mwaminifu katika nyumba yangu yote;

Kwake nitanena mdomo kwa mdomo,

Maana, waziwazi wala si kwa mafumbo;

Na umbo la BWANA yeye ataliona.

Sura ya 8

Uaminifu

Kwa uaminifu wetu tunatambulika
Fanya kazi zaidi ya ulivyopewa
Uwe mwaminifu katika kweli
Fanya kazi kwa kufuata mapenzi ya Mungu
Uwe mwaminifu katika nyumba yote ya Mungu
Uaminifu kwa ufalme wa Mungu na haki

Uaminifu

Mtu mmoja alisafiri kwenda nchi ya kigeni. Akiwa safarini alitaka mali zake ziangaliwe, hivyo akawapa kazi hii watumishi wake watatu. Kutegemeana na na uwezo wao aliwapa mmoja talanta moja, mwingine mbili na mwingine tano. Mtumishi aliyepewa tano alifanya biashara kwa ajili ya bwana wake na akazalisha talanta nyingine tano. Mtumishi mwenye mbili alizalisha mbili zaidi. Lakini mwenye talanta moja aliizika talanta yake na hakuzalisha faida yoyote.

Mtu huyo aliwasifu watumishi wake waliozalisha talanta mbili na tano na akawapa thawabu, akisema "Vema, mtumwa mwema na mwaminifu" (Mathayo 25:21). Lakini alimkemea mtumishi aliyezika talanta moja kwa kusema, "Wewe mtumwa mbaya na mlegevu" (kif. 26).

Mungu pia hutupa kazi nyingi kutegemeana na vipaji vyetu, ili tuweze kumfanyia kazi. Pale tu tunapokamilisha kazi kwa nguvu zote na kuupata ufalme wa Mungu, ndipo tunaweza kutambulika kama 'watumishi wema na waaminifu'.

Ili uaminifu wetu uweze kutambulika

Kamusi imetafsiri 'uaminifu' kuwa ni 'ubora wa kuwa imara katika upendo au utii, au kuwa imara katika kutekeleza ahadi au wajibu'. Hata katika ulimwengu, waaminifu huthaminiwa kwa kuwa ni waaminifu.

Lakini aina ya uaminifu inayojulikana na Mungu ni tofauti na ile ya watu wa kidunia. Kutimiza wajibu wetu kikamilifu haiwezi kuwa uaminifu wa kiroho. Pia, ikiwa tunaweka jitihada zetu zote na hata maisha yetu katika eneo fulani, siyo uaminifu kamili. Ikiwa tunatimiza majukumu yetu kama mke, mama au mume, inaweza kuitwa uaminifu? Ni kwamba tulifanya tu kile tulichotakiwa kufanya.

Wale ambao ni waaminifu wa kiroho ni hazina katika ufalme wa Mungu na hutoa harufu nzuri. Wanatoa harufu ya moyo usiobadilika, harufu ya utii mkamilifu. Mtu anaweza kuulinganishwa na utii wa ng'ombe mzuri wa kazi na harufu ya moyo mwaminifu. Ikiwa tunaweza kutoa aina hizi za harufu nzuri, pia, Bwana atasema sisi ni wazuri na ataka kutukumbatia. Ilikuwa vivyo hivyo kwa Musa.

Wana wa Israeli walikuwa watumwa Misri kwa zaidi ya miaka 400, na Musa alikuwa na wajibu wa kuwaongoza kwenda katika nchi ya Kanaani. Alipendwaa sana na Mungu kiasi kwamba alizungumza na Mungu uso kwa uso. Alikuwa mwaminifu katika nyumba yote ya Mungu na alitimiza kila kitu ambacho Mungu alimwamuru. Wala hakufikiria matatizo yote ambayo angepitia. Alikuwa mwaminifu zaidi katika maeneo yote katika kutimiza wajibu wa kiongozi wa Israeli pamoja na kuwa mwaminifu kwa familia yake.

Siku moja, mkwe wa Musa, Yethro, alikuja kwake. Musa alimwambia juu ya mambo yote ya ajabu ambayo Mungu aliwafanyia watu wa Israeli. Siku iliyofuata, Yethro aliona kitu cha ajabu. Watu walijipanga mstari kuanzia mapema asubuhi ili wamwone Musa. Wakamletea Musa migogoro ambayo hawakuweza kuiamua miongoni mwao. Yethro akamshauri Musa.

Kutoka 18:21-22 inasema, "Zaidi ya hayo utajipatia katika watu hawa watu walio na uwezo, wenye kumcha Mungu, watu wa kweli, wenye kuchukia mapato ya udhalimu; ukawaweka juu yao, wawe wakuu wa maelfu, na wakuu wa mamia, na wakuu wa hamsini hamsini, na wakuu wa kumi kumi; nao wawaamue watu hawa sikuzote; kisha, kila neno lililo kubwa watakuletea wewe, lakini kila neno dogo wataliamua wenyewe; basi kwako wewe mwenyewe utapata nafasi zaidi, nao watauchukua huo mzigo pamoja nawe.

Basi Musa akayasikia maneno yake. Alitambua kuwa mkwe wake alikuwa anaongea kitu cha kweli, hivyo akakubali ushauri wake. Musa alichagua wanaume waaminifu na wakawaweka juu ya watu kama viongozi wa maelfu, mamia, hamsini na makumi. Walifanya kazi kama waamuzi wa watu katika mambo ya kawaida na rahisi na Musa alihukumu migogoro mikubwa tu.

Mtu anaweza kuzaa matunda ya uaminifu wakati anapotmiza majukumu yake yote kwa moyo mwema. Musa alikuwa mwaminifu kwa wanafamilia yake pamoja na kuwahudumia watu. Aliutumia wakati wake wote na juhudi zake, na kwa sababu hii alitambulika kuwa aliyekuwa mwaminifu katika nyumba yote ya Mungu. Hesabu 12:7-8, inasema, "Sivyo ilivyo kwa mtumishi wangu,Yeye ni mwaminifu katika nyumba yangu yote;Kwake nitanena mdomo kwa mdomo, Maana, waziwazi wala si kwa mafumbo; Na umbo la BWANA yeye ataliona."

Sasa, mtu aliyezaa tunda la uaminifu linalotambuliwa na Mungu ni mtu wa aina gani?

Fanya kazi zaidi ya ulivyopewa

Wafanyakazi wanapolipwa kwa kazi yao, hatusemi kuwa ni waaminifu wakati wanatimiza majukumu yao. Lakini hata miongoni mwa wafanyakazi wa kulipwa, kuna baadhi yao wanafanya zaidi ya kazi waliyolipwa kufanya. Hao hawafanyi hivyo kwa kusita au kufikiri tu kwamba wanapaswa kufanya kwa kiwango wanacholipwa. Wanatimiza majukumu yao kwa moyo wao wote, akili zao zote na roho, pasipo kujali muda na fedha zao, wakiwa na shauku kutoka moyoni.

Baadhi ya tumishi wa kanisa hufanya zaidi ya yale waliyopewa. Hufanya kazi baada ya saa za kazi au siku za likizo, na wakati hawafanyi kazi, daima hufikiri juu ya wajibu wao kwa Mungu. Hufikiria daima njia bora za kulitumikia kanisa na washirika kwa kufanya zaidi ya kazi waliyopewa. Zaidi ya hayo, wanadhani wajibu wa viongozi wa vikundi ni kutunza roho. Kwa njia hii ni uaminifu kufanya mengi zaidi kuliko yale tuliyopewa.

Pia, katika kutekeleza majukumu, wale wanaozaa tunda la uaminifu watafanya zaidi kuliko yale wanayowajibika kufanya. Kwa mfano, Musa, aliweka rehani maisha yake wakati alipokuwa akiomba ili kuwaokoa wana wa Israeli waliotenda dhambi. Tunaweza kuona hili kutoka kwa maombi yake yanayopatikana katika Kutoka 32:31-32, inayosema, "Watu hawa wametenda dhambi kuu wamejifanyia miungu ya dhahabu. Walakini sasa, ikiwa utawasamehe dhambi yao -- na kama sivyo, unifute, nakusihi, katika kitabu chako ulichoandika!"

Musa alipokuwa anatimiza kazi hiyo, hakuitii tu katika hatua ya kufanya kile ambacho Mungu alimwamuru afanye. Hakufikiri, ''Nilifanya vizuri zaidi katika kuwasilisha mapenzi ya Mungu kwao, lakini hawakukubali. Siwezi kuwasaidia tena.' Alikuwa na moyo wa Mungu na aliwaongoza watu kwa upendo wake wote na jitihada zake zote. Ndiyo sababu, watu walipofanya dhambi, alihisi kama ni kosa lake mwenyewe, na alitaka kubeba jukumu hilo.

Ndivyo ilivyo hata kwa mtume Paulo. Warumi 9:3 inasema, "Kwa maana ningeweza kuomba mimi mwenyewe niharimishwe na kutengwa na Kristo kwa ajili ya ndugu zangu, jamaa zangu kwa jinsi ya mwili," Lakini ijapokuwa tunasikia na tunajua kuhusu uaminifu wa Paulo na Musa, haimaanishi kwamba tumekuza uaminifu.

Hata wale walio na imani na wanatekeleza majukumu yao wangekuwa na kitu tofauti cha kusema kuliko kile Musa alisema ikiwa wangekuwa katika mazingira aliyokuwamo Musa. Vivyo hivyo, wanaweza kusema, "Mungu, nimejitahidi. Ninawahurumia watu, lakini pia nimesumbuliwa sana wakati ninawaongoza watu hawa." Wanachosema kiukweli ni kwamba "Nina uhakika kwa sababu nimefanya kila kitu nilichopaswa kufanya." Au, wanaweza kuwa na wasiwasi kwamba watakemewa pamoja na wengine kwa ajili ya dhambi za watu hao, ingawa wao wenyewe hawahusiki. Mioyo ya watu kama hawa iko mbali sana na uaminifu.

Bila shaka, sio mtu yeyote ambaye anaweza kuomba akisema, "Tafadhali zisamehe dhambi zao au niondoe katika kitabu cha uzima." Ina maana tu kwamba ikiwa tunazaa matunda ya uaminifu moyoni mwetu, hatuwezi tu kusema hatuwajibiki kwa mambo yaliyotokea. Kabla ya kufikiri kwamba tulifanya kazi nzuri katika matendo yetu, kwanza tungelifikiria kuhusu aina ya moyo tulio nao tulipopewa majukumu kwa mara ya kwanza.

Pia, kwanza tutafikiria kuhusu upendo na rehema ya Mungu kwa ajili ya roho na kwamba Mungu hataki roho hizo ziangamizwe ingawa anasema atawaadhibu kwa sababu ya dhambi zao. Basi, ni aina gani ya sala tunayoweza kumpa Mungu? Tungependa kusema kutoka kwa kina cha mioyo yetu, "Mungu, ni kosa langu. Mimi ndiye ambaye sikuwaongoza vyema. Wape fursa moja zaidi kwa niaba yangu."

Ndivyo ilivyo katika mambo mengine yote. Wale ambao ni

waaminifu hawatasema tu, "Nimefanya vya kutosha," lakini watafanya kazi kwa bidii kwa moyo wao wote. Katika 2 Wakorintho 12:15 Paulo alisema, " Nami nitakuwa radhi kutumia na kutumiwa kwa ajili yenu. Je! Kadiri nizidivyo kuwapenda sana, ninapungukiwa kupendwa?"

Kwa hiyo, Paulo hakulazimishwa kutunza roho wala hakufanya hivyo kwa juu juu. Alipata furaha kubwa katika kutimiza wajibu wake na ndiyo sababu alisema kuwa atatumiwa kwa ajili ya nafsi zingine.

Alijitoa mwenyewe mara kwa mara na kikamilifu kwa ajili ya roho zingine. Kama ilivyo kwa Paulo, ni uaminifu wa kweli ikiwa tutatimiza wajibu wetu unaojaa furaha na upendo.

Uwe mwaminifu katika kweli

Tuseme mtu alijiunga na kikundi na akajitolea maisha yake kuwa bwana wa kundi hilo. Mungu atasema yeye ni mwaminifu? Bila shaka hapana! Mungu anaweza kutambua uaminifu wetu tu tunapokuwa waaminifu katika wema na kweli.

Kama Wakristo wanaoishi maisha ya bidii katika imani, huenda watapewa majukumu mengi. Katika mazingira fulani hujaribu kutekeleza majukumu yao kwa upendeleo kwa mara ya kwanza, lakini huacha wakati fulani. Mawazo yao yanaweza kuchukuliwa na mipango ya upanuzi wa biashara waliyo nayo. Wanaweza kupoteza ujasiri wao kwa wajibu wao kwa sababu ya matatizo katika maisha au kwa sababu wanataka kuepuka mateso kutoka kwa wengine. Kwa nini akili zao zinabadilika kwa njia hii? Ni kwa sababu walipuuza uaminifu wa kiroho wakati wakifanya kazi kwa ajili ya ufalme wa Mungu.

Uaminifu wa kiroho ni kutahiri moyo wetu. Ni kuosha vazi la

mioyo yetu daima. Ni kuondoa kila aina ya dhambi, uongo, uovu, uasi na giza na kuwa watakatifu. Ufunuo 2:10 inasema, "Uwe mwaminifu hata kufa, nami nitakupa taji la uzima." Hapa, kuwa mwaminifu mpaka kufa haimaanishi kwamba tunatakiwa kufanya kazi kwa bidii na kwa uaminifu mpaka kufa kwetu kimwili. Inamaanisha kwamba tunapaswa kujaribu kulikamilisha Neno la Mungu katika Biblia kikamilifu maisha yetu yote.

Ili kutimiza uaminifu wa kiroho, kwanza tunapaswa kupigana dhidi ya dhambi mpaka kufikia kiwango cha kutokwa na kutunza amri za Mungu. Kipaumbele cha juu ni kukataa uovu, dhambi na uongo ambavyo Mungu anavichukia sana. Ikiwa tunafanya kazi tu kwa bidii pasipo kutahiri mioyo yetu, hatusemi kuwa ni uaminifu wa kiroho. Kama Paulo alivyosema "mimi hufa kila siku," tunapaswa kuua mwili wetu kabisa na kutakaswa. Huu ni uaminifu wa kiroho.

Kitu ambacho Mungu baba anatamani sana ni utakatifu. Tunapaswa kutambua jambo hili na kujitahidi kutahiri mioyo yetu. Bila shaka, haimaanishi kwamba hatuwezi kutekeleza majukumu yoyote kabla tujajitakasa kabisa. Ina maana ya jukumu lolote tunalofanya sasa, tunapaswa kutekeleza utakatifu wakati tunatimiza majukumu yetu.

Wale ambao hutahiriwa mioyo yao kila wakati hawatakuwa na mabadiliko ya kimtazamo katika uaminifu wao. Hawatatelekeza majukumu yao ya thamani kwa sababu tu wana shida katika maisha ya kila siku au mateso mengine ya moyo. Kazi zilizotolewa na Mungu ni ahadi iliyofanyika kati ya Mungu na sisi, na hatupaswi kamwe kuvunja ahadi zetu na Mungu kwa sababu ya magumu yoyote.

Kwa upande mwingine, nini kitatokea ikiwa tutapuuza tohara ya mioyo yetu? Hatutaweza kuvumilia tutakapokabiliwa na shida na magumu. Tunaweza kuacha uhusiano wa kuaminiana na Mungu na tukatelekeza wajibu wetu. Kisha, ikiwa tukihuisha neema ya Mungu, tunafanya kazi kwa bidii kwa muda na mzunguko huu unaendelea na kuendelea. Wafanyakazi ambao hubadilika namna hii hawawezi kutambuliwa kuwa ni waaminifu, ingawa wanaweza kufanya kazi zao vizuri.

Ili kuwa na uaminifu uliokubaliwa na Mungu, lazima tuwe na uaminifu wa kiroho pia, ambao inamaanisha kwamba tunapaswa kutahiri mioyo yetu. Lakini kutahiriwa mioyo yetu yenyewe si tuzo kwetu. Kutahiri moyo ni lazima kwa watoto wa Mungu waliookolewa. Lakini ikiwa tunaacha dhambi na kutekeleza majukumu yetu kwa moyo mtakatifu, tunaweza kuzaa matunda mengi zaidi kuliko wakati tunatekeleza kwa akili za kimwili. Kwa hiyo, tutapokea thawabu kubwa zaidi.

Kwa mfano, tuseme unatoka jasho wakati unajitolea kanisani kila siku siku ya Jumapili. Lakini ulikuwa na migongano na watu wengine wengi na ukavunja amani na watu wengi. Ikiwa unatumika kanisani huku unalalamika na una chuki, tuzo zako nyingi zitaondolewa. Lakini ukitumika kanisani kwa wema na upendo na ukawa na amani na wengine, kazi yako yote itakuwa harufu inayokubalika kwa Mungu, na kila moja ya matendo yako yatakuwa thawabu yako.

Fanya kazi kwa kufuata mapenzi ya Mungu

Katika kanisa, tunapaswa kufanya kazi kulingana na moyo na mapenzi ya Mungu. Pia, tunapaswa kuwa waaminifu kuwatii viongozi wetu kulingana na amri ndani ya kanisa. Mithali 25:13 inasema, "Kama baridi ya theluji wakati wa mavuno, ndivyo alivyo mjumbe mwaminifu kwao wamtumao, kwa maana huwaburudisha bwana zake nafsi zao."

Ingawa tunafanya bidii sana katika kutekeleza wajibu wetu, hatuwezi kuzima tamaa ya bwana ikiwa tunafanya kile tunachotaka sisi. Kwa mfano, tuseme mkuu wako katika kampuni yako anakwambia ukae ofisini kwa sababu mteja muhimu sana anakuja. Lakini una shughuli ya kiofisi nje na unashughulikia jambo hilo, lakini inachukua siku nzima. Hata kama uko nje kwa shughuli za kiofisi, mbele ya mkuu wako wewe si mwaminifu.

Sababu kwa nini hatutii mapenzi ya mkuu ni kwa sababu tunafuata mawazo yetu wenyewe au kwa sababu tuna nia zetu wenyewe kibinafsi. Aina hii ya kazi mtu anaweza kuonekana kuwa anamtumikia mkuu wake, lakini haifanyi kwa uaminifu. Anafuata tu mawazo yake na tamaa zake na ameonyesha kwamba anaweza akaacha mapenzi ya mkuu wake wakati wowote.

Katika Biblia tunasoma juu ya mtu aitwaye Yoabu, ambaye alikuwa jamaa na mkuu wa jeshi la Daudi. Yoabu alikuwa pamoja na Daudi wakati wa hatari zote wakati Daudi akifukuzwa na Mfalme Sauli. Alikuwa na hekima na alikuwa shujaa. Aliweza kusimamia mambo ambayo Daudi aliyataka kufanyika. Alipokutana na Waamoni na akauchukua mji wao, kiuhalisia yeye ndiye aliushinda, lakini alimruhusu Daudi kuja na kuuchukua yeye mwenyewe. Hakuchukua utukufu wa kuushinda mji lakini aliacha Daudi auchukue.

Alimtumikia Daudi vizuri sana kwa njia hii, lakini Daudi hakuwa na amani sana naye. Ni kwa sababu hakumtii Daudi wakati ilikuwa yenye manufaa kwa ajili yake mwenyewe. Yoabu hakushindwa kutenda kinyume mbele ya Daudi alipotaka kutimiza lengo lake.

Kwa mfano, Jemadari Abneri, ambaye alikuwa adui wa Daudi,

alikuja kwa Daudi kujisalimisha. Daudi alimkaribisha na kumruhusu aondoke. Ni kwa sababu Daudi angeweza kuimarisha watu haraka kwa kuwakubali. Lakini Yoabu alipopata habari hii baadaye, akamfuata Abneri na akamwua. Kwa sababu Abneri alimuua ndugu wa Yoabu katika vita vya zamani. Alijua Daudi angekuwa katika hali ngumu ikiwa angemwua Abneri, lakini alifuata tu hisia zake.

Pia, wakati Absalomu, mwana wa Daudi, alipomwasi Daudi, Daudi aliwaambia askari waliokuwa wanakwenda kupigana na watu waliokuwa pamoja na Absalomu kumtendea mwanawe kwa huruma. Ijapokuwa Yoabu alisikia hili, alimwua Absalomu. Pengine ni kwa sababu ikiwa wangemwacha Absalomu aishi, angeweza kuasi tena, lakini mwishowe, Yoabu hakutii amri ya mfalme kwa hiari yake mwenyewe.

Hata ingawa alipitia nyakati ngumu akiwa na mfalme, hakumtii mfalme wakati muhimu na Daudi hakumwamini. Mishowe, Yoabu aliasi dhidi ya Mfalme Sulemani, mwana wa Daudi, na akauawa. Wakati huu pia, badala ya kutii mapenzi ya Daudi, alitaka amtawaze mtu aliyedhani kuwa anapaswa kuwa mfalme. Alimtumikia Daudi katika maisha yake yote, lakini badala ya kuwa mtumisi wa cheo cha juu mzuri, maisha yake yalimalizika akiwa muasi.

Tunapofanya kazi ya Mungu, badala ya jinsi tunavyofanya kazi kwa kiburi, jambo muhimu zaidi ni ikiwa tunafuata mapenzi ya Mungu. Haina maana kuwa mwaminifu kwenda kinyume na mapenzi ya Mungu. Tunapofanya kazi kanisani, tunapaswa pia kuwafuata viongozi wetu kabla ya kufuata mawazo yetu wenyewe. Kwa njia hii, adui mwovu na Shetani hawezi kuleta mashtaka yoyote nasi, mwishoni, tutaweza kumtukuza Mungu.

Uwe mwaminifu katika nyumba yote ya Mungu

'Kuwa mwaminifu katika nyumba yote ya Mungu' inamaanisha kuwa mwaminifu katika mambo yote yanayohusiana na sisi wenyewe. Kanisani, tunapaswa kutekeleza majukumu yetu hata yunapokuwa na kazi nyingi. Ingawa hatuna wajibu fulani katika kanisa, ni mojawapo ya majukumu yetu kuwa mahali ambapo tunapaswa kuwa kama washirika.

Si kanisani tu, lakini katika maeneo ya kazi na shule, kila mtu ana majukumu yake. Katika mambo yote haya, tunapaswa kutekeleza majukumu yetu kama washirika. Kuwa waaminifu katika nyumba yote ya Mungu ni kutimiza majukumu yetu yote katika mambo yote ya maisha yetu: kama watoto wa Mungu, kama viongozi au washirika wa kanisa, kama wajumbe wa familia, kama wafanyakazi katika kampuni, au kama wanafunzi au walimu katika shule. Hatupaswi kuwa waaminifu tu katika kazi moja au mbili na kukataa majukumu mengine. Tunapaswa kuwa waaminifu katika nyanja zote.

Mtu anaweza kufikiria, "Nina mwili mmoja tu na ninawezaje kuwa mwaminifu katika maeneo yote?" Lakini kwa kiwango ambacho tunabadilika kuwa roho, sio vigumu kuwa mwaminifu katika nyumba yote ya Mungu. Ingawa tunatoa muda kidogo tu, tunaweza kuvuna matunda ikiwa tunapanda katika roho.

Pia, wale ambao wamebadilika kuwa roho hawana kufuata manufaa yao na faraja lakini huwafikiria wengine. Huona mambo kutoka kwa mtazamo wa wengine. Kwa hiyo, watu hao watasimamia kazi zao hata kama wanapaswa kujitolea wenyewe. Pia, kwa kiwango ambacho tunafikia kiwango cha roho, moyo wetu utajazwa wema. Na ikiwa tu wazuri hatutaegemea upande mmoja tu. Kwa hivyo, hata kama tuna kazi nyingi, hatuwezi kupuuzia kazi yoyote. Tutajitahidi kutunza mazingira yetu yote, tukijaribu kuwajali wengine kidogo zaidi. Kisha, watu wanaotuzunguka watahisi ukweli wa moyo wetu. Kwa hiyo, hawatafadhaika kwa sababu hatuwezi kuwa pamoja nao wakati wote lakini badala yake watashukuru kwa kuwa tunawajali.

Kwa mfano, mtu mmoja ana majukumu mawili, ni kiongozi katika moja ya vikundi na ni mwanachama tu katika kundi lingine. Hapa, ikiwa ana wema na ikiwa anazaa matunda ya uaminifu, hatalipuuzia kundi lolote. Hawezi kusema tu, "wanachama wa kundi la mwisho watanielewa kuwa sikuhudhuria kwa sababu mimi ni kiongozi wa kundi la zamani." Ikiwa hawezi kuwa kimwili na kundi la mwisho, atajaribu kuwa aina fulani ya msaada kwa kundi hilo kwa njia nyingine na katika moyo. Vivyo hivyo, tunaweza kuwa waaminifu katika nyumba yote ya Mungu na kuwa na amani na kila mtu kwa kiwango kuwa na wema.

Uaminifu kwa ufalme wa Mungu na haki

Yusufu aliuzwa kama mtumwa katika nyumba ya Potifa, mkuu wa walinzi wa mfalme. Na Yusufu alikuwa mwaminifu na wa kuaminiwa kiasi kwamba Potifa alimpa kazi zote za ndani mtumwa huyu kijana na hakujali kuhusu chochote alichofanya. Ilikuwa kwa sababu Yusufu alijali hata vitu vidogo kwa nguvu zake, akiwa na moyo wa mkuu.

Ufalme wa Mungu pia unahitaji wafanyakazi wengi waaminifu kama Yusufu katika maeneo mengi. Ikiwa una wajibu fulani, na unatimiza kwa uaminifu kwamba kiongozi wako hana haja ya kuichunguza, basi, utakuwa na nguvu kubwa kwa ufalme wa Mungu! Luka 16:10 inasema, "Aliye mwaminifu katika lililo dogo sana, huwa mwaminifu katika lililo kubwa pia; na asiyeaminika katika lililo dogo, huwa haaminiki pia katika lililo kubwa." Ijapokuwa alimtumikia bwana wa kimwili, Yusufu alifanya kazi kwa uaminifu akiwa na imani yake kwa Mungu. Mungu hakuichukulia kuwa haina maana, lakini badala yake alimfanya Yusufu kuwa waziri mkuu wa Misri.

Sijawahi kuwa na furaha juu ya kazi za Mungu. Siku zote nilijitolea maombi ya usiku mzima kabla ya kufunguliwa kwa kanisa, lakini baada ya kanisa kufunguliwa, niliomba kutoka usiku wa manane hadi saa 4 asubuhi na kisha kuongoza mikutano ya sala ya asubuhi saa 11 asubuhi. Wakati huo hatukuwa na mkutano wa maombi ya Danieli tulionao leo, kuanzia saa 3 usiku asubuhi. Hatukuwa na wachungaji wengine au viongozi wa vikundi, kwa hiyo nililazimika kuongoza mikutano yote ya maombi ya kila siku asubuhi. Lakini sikuwahi kukosa hata siku moja.

Zaidi ya hayo, nilitakiwa kuandaa mahubiri kwa ajili ya ibada za Jumapili, ibada za Jumatano na Ijumaa ibada zote za mkesha, huku nikihudhuria mafunzo ya theolojia katika seminari. Sijawahi kuwasukumia majukumu yangu wengine kwa sababu nilikuwa nimechoka. Baada ya kurudi kutoka seminari, niliwaangalia wagonjwa au kuwatembelea washirika. Walikuwepo wagonjwa wengi waliokuja kutoka kila mahali katika nchi nzima. Nilitunza moyoni mwangu kila wakati nilipowatembelea washirika wa kanisa kuwahudumia kiroho.

Wakati huo, baadhi ya wanafunzi walipaswa kuchukua mabasi

mawili au matatu kuja kanisani. Sasa, tuna mabasi ya kanisa, lakini wakati huo hatukuwa nayo. Hivyo, nilitaka wanafunzi waweze kuja kanisani bila kuwa na wasiwasi kuhusu nauli ya mabasi. Baada ya ibada, niliwafuata wanafunzi kwenye kituo cha basi na nikawapa nauli au tiketi na kuwaona wakiondoka. Niliwapa nauli ya basi ya kutosha ili waweze kuja kanisani wakati mwingine tena. Kiasi cha sadaka cha kanisa kilikuwa makumi kidogo ya dola na haikuweza kutunzwa na kanisa. Niliwapa nauli ya kutoka katika akiba yangu mwenyewe.

Mshirika mpya aliposajiliwa, niliwaona kila mmoja wao kuwa hazina ya thamani, hivyo niliwaombea na kuwahudumia kwa upendo ili asipotee yeyote miongoni mwao. Kwa sababu hiyo wakati huo hakuna hata mmoja wa watu waliosajiliwa kanisani aliondoka. Kanisa liliendelea kukua. Sasa kwa kuwa kanisa lina washirika wengi, je, inamaanisha kwamba uaminifu wangu umepoa? Bila shaka hapana! Jitihada zangu kwa ajili ya roho hazijapoa.

Sasa, tuna makanisa matawi zaidi ya 10,000 ulimwenguni kote pamoja na wachungaji wengi, wazee, mashemasi na viongozi wa wilaya, wilaya ndogo na vikundi. Na hata hivyo, maombi yangu na upendo kwa roho yamekuwa yakiongezeka kwa bidii.

Je, kuna wakati wowote ambapo uaminifu wako kwa Mungu ulipoa? Je! Kuna yeyote miongoni mwenu ambaye alikuwa na majukumu ya Mungu, lakini hawana kazi yoyote sasa? Ikiwa kwa sasa una majukumu yaleyale uliyokuwa nayo nyuma, je, juhudi zake zimepoa? Ikiwa tuna imani ya kweli, uaminifu wetu utaongezeka kukomaa katika imani yetu, na tu waaminifu katika Bwana kukamilisha ufalme wa Mungu na kuziokoa roho nyingi. Hivyo, baadaye tutapata thawabu kubwa Mbinguni!

Ikiwa Mungu alitaka uaminifu tu katika matendo, hakuwa na haja ya kuwaumba wanadamu, kwa sababu kuna viumbe wengi na malaika mbinguni ambao hutii vizuri sana. Lakini Mungu hakutaka anayetii bila shaka, kama vile mashine. Alitaka watoto ambao watakuwa waaminifu na wenye upendo kwa Mungu unaotoka katika kina cha mioyo yao.

Zaburi 101:6 inasema, "Macho yangu yatawaelekea waaminifu katika nchi, hao wakae nami.Yeye aendaye katika njia kamilifu, Ndiye atakayenitumikia." Wale walioondoa kila aina ya uovu na kuwa waaminifu katika nyumba yote ya Mungu watapata baraka ya kuingia katika Yerusalemu Mpya, ambayo ndiyo mahali pazuri zaidi pa kuishi mbinguni. Hivyo, ninatumaini utakuwa mfanyakazi aliye kama nguzo za ufalme wa Mungu na kufurahia heshima ya kukaa karibu na kiti cha enzi cha Mungu.

Mathayo 11:29

Jitieni nira yangu, mjifunze kwangu;

kwa kuwa mimi ni mpole na mnyenyekevu wa moyo;

nanyi mtapata raha nafsini mwenu."

Sura ya 9

Upole

Upole wa kuwakubali watu wengi
Upole wa kiroho unaoambatana na ukarimu
Tabia za waliozaa tunda la upole
Kuzaa tunda la upole
Kukuza udongo mzuri
Baraka kwa ajili ya wapole

Upole

Chakushangaza watu wengi wana wasiwasi juu ya hasira, msongo, au kuhusu silka zao ikiwa ni watu wanaotunza mambo ndani au hawatunzi. Watu wengine huambatanisha sifa zao na utu wao mambo yakienda wasivyotaka, wakisema, "Siwezi kufanya chochote, ni utu wangu." Lakini Mungu alimuumba mwanadamu, na si vigumu kwa Mungu kubadili tabia za watu kwa nguvu zake.

Wakati mmoja, Musa alimwua mtu kwa sababu ya hasira yake, lakini alibadilishwa na nguvu za Mungu kiasi kwamba alikubaliwa na Mungu kuwa mtu mwepesi na mpole sana juu ya uso wa dunia. Mtume Yohana alikuwa na jina la utani, 'mwana wa radi', lakini alibadilishwa na nguvu ya Mungu na akatambuliwa kama 'mtume mpole'.

Ikiwa wako tayari kukataa uovu na kubadili mioyo yao, hata wenye hasira, wale wanaojisifu, na ambao wanajihusisha na mambo yao wenyewe, wabinafsi, wanaweza kubadilishwa na kuwa wapole.

Upole wa kuwakubali watu wengi

Katika kamusi upole ni ubora au hali ya kuwa mpole, mwororo na mwenye huruma. Wennye hofu na tabia za kujiona wenye aibu katika jamii au wale ambao hawawezi kujieleza vizuri wanaweza wakaonekana kuwa wapole. Wajinga au wale ambao hawakasiriki kabisa kutokana na kiwango cha chini cha akili wanaweza kuonekana kuwa wapole machoni mwa watu wa kidunia.

Upole wa kiroho sio upole tu na upole laini. Ni kuwa na hekima na uwezo wa kutambua kati ya chema na kibaya, na wakati huo huo kuwa na uwezo wa kumwelewa na kumkubali kila mtu kwa sababu ndani yao hakuna uovu. Kwa hiyo, upole wa kiroho ni kuwa na ukarimu pamoja na tabia za upole na laini. Ikiwa una ukarimu huu mzuri, huwezi kuwa mpole wakati wote, lakini pia utakuwa na heshima pale inapohitajika.

Moyo wa mtu mpole ni laini kama pamba. Ikiwa unatupia jiwe kwenye pamba au kuichoma sindano, pamba itakufunika tu na kukikubali kitu. Vivyo hivyo, bila kujali namna ambavyo watu wengine wanavyowatendea, wale ambao ni wapole kiroho hawatakuwa na hisia mbaya mioyoni mwao. Kwa namna hiyo, hawakasiriki au kujisikia kutokuwa na raha na hawawasababishi wengine wakakosa raha pia.

Hawahukumu au kulaani lakini wana uelewa na wanawakubali wengine. Watu huhisi faraja kutoka kwa watu kama hao, na watu wengi wanaweza kuja na kupata mapumziko kwa wapole. Ni kama mti mkubwa wenye matawi mengi ambayo ndege wanaweza kuja, wakajenga kiota na kupumzika kwenye matawi.

Musa ni mmoja wa watu waliotambuliwa na Mungu kwa sababu ya upole wake. Hesabu 12:3 inasema, "Basi huyo mtu, huyo Musa, alikuwa mpole sana zaidi ya wanadamu wote waliokuwa juu ya uso wa nchi." Wakati wa Kutoka idadi ya wana wa Israeli ilikuwa zaidi ya watu 600,000 watu wazima. Ukijumlisha wanawake na watoto ilikuwa zaidi ya milioni mbili. Kuongoza idadi kubwa ya watu wengi namna hiyo ingekuwa kazi ngumu sana kwa mtu wa kawaida.

Ni hivyo hasa kwa watu hawa ambao walikuwa na miyo migumu kwa kuwa walikuwa watumwa wa Misri. Ikiwa unapigwa mara kwa mara, unasikia lugha isiyofaa na ya matusi, na unafanya kazi ya utumwa, moyo wako utakuwa mgumu. Katika hali hii, si rahisi kuchora neema yoyote katika mioyo yao au kumpenda

Mungu kutokea moyoni. Ndiyo sababu watu hawakumtii Mungu kila wakati ingawa Musa aliwaonyesha nguvu kuu kama hiyo.

Walipokabiliwa na shida kidogo tu katika hali zao, walianza kulalamika na wakawa kinyume na Musa. Kwa kuona tu kwamba Musa aliwaongoza watu hao jangwani kwa miaka 40, tunaweza kuelewa jinsi Musa alivyokuwa mpole kiroho. Moyo huu wa Musa ni upole wa kiroho, ambayo ni moja ya matunda ya Roho Mtakatifu.

Upole wa kiroho unaoambatana na ukarimu

Lakini kuna mtu yeyote ambaye anafikiri kitu kama hiki, 'Huwa sikasiriki, na nadhani mimi ni mpole zaidi kuliko wengine, lakini huwa sipokei majibu ya maombi yangu. Siisikii sauti ya Roho Mtakatifu vizuri sana? Basi, unapaswa kuangalia ikiwa upole wako ni upole wa kimwili. Watu wanaweza kusema wewe ni mpole ikiwa unaonekana kuwa mpole na mtulivu, lakini ni upole wa kimwili tu.

Mungu hutaka upole wa kiroho. Upole wa kiroho si tu kuwa mpole na mtulivu lakini inapaswa kuongozwa na ukarimu mzuri. Pamoja na upole katika moyo, unapaswa pia kuwa na ukarimu mzuri unaoonekana nje ili kuendeleza upole wa kiroho. Ni sawa na mtu mwenye sifa nzuri ambaye amevaa suti inayofanana na tabia yake. Hata kama mtu ana tabia nzuri, akitembea bila kuvaa nguo, uchi wake utakuwa aibu yake. Vivyo hivyo, upole usio na ukarimu mzuri haujakamilika.

Ukarimu mzuri ni kama mavazi ambayo hufanya upole uangaze, lakini ni tofauti na vitendo vya sheria au vya kinafiki. Ikiwa utakatifu hauko ndani ya moyo wako, hauwezi kusema kuwa una ukarimu mzuri kwa sababu tu una matendo mema nje. Ikiwa unapenda kuelekeza vitendo sahihi badala ya kukuza moyo wako, una uwezekano wa kuacha kutambua mapungufu yako na kwa makosa ufikiri kwamba umetimiza ukuaji wa kiroho kwa kiasi kikubwa.

Lakini hata katika ulimwengu huu, watu ambao wana mwonekano wa nje tu pasipo kuwa na utu mzuri hawatawashawishi wengine. Kwa imani, pia, haina maana kuzingatia matendo ya nje bila kukuza uzuri wa ndani.

Kwa mfano, watu wengine hutenda kwa uangalifu, lakini hutoa hukumu na kuwadharau wengine ambao hawatendi kama wao. Wanaweza pia kusisitiza juu ya viwango vyao wenyewe wanaposhughulika na kufikiri kwa wengine, 'Hii ndiyo njia sahihi, kwa nini hawafanyi namna hii?' Wanaweza kuzungumza maneno mazuri wakati wanatoa ushauri, lakini wanawahukumu wengine mioyoni mwao, na wanaongea ndani ya kujihesabia haki wao wenyewe na hisia mbaya. Watu hawawezi kupata mapumziko katika watu hawa. Wataumizwa tu na kukata tamaa, hivyo hawatataka kuwa karibu na watu hawa.

Pia, baadhi ya watu hukasirika na katika kujihesabia haki kwao wenyewe na uovu. Lakini husema wana "hasira ya haki" tu na ni kwa ajili ya wengine. Lakini wale walio na ukarimu mzuri hawatapoteza amani ya akili katika hali yoyote.

Ikiwa unataka kweli kuzaa matunda ya Roho Mtakatifu kikamilifu, huwezi kufunika maovu ndani ya moyo wako kwa mwonekano wako wa nje. Ikiwa unafanya hivyo, unajionyesha tu kwa watu wengine. Unapaswa kujichunguza mara kwa mara kila kitu na uchague njia ya wema.

Tabia za waliozaa tunda la upole

Watu wanapowaona wale wapole na wenye mioyo ya uvumilivu, husema mioyo ya watu hawa ni kama bahari. Bahari inakubali maji yote yanayotoka kwenye mito na vijito na kuyafanya safi. Ikiwa tunakuwa na moyo wa upole kama bahari, tunaweza kuziongoza kwenye wokovu hata roho zilizoharibiwa na dhambi.

Ikiwa tuna ukarimu nje na upole ndani, tunaweza kuipata mioyo ya watu wengi, na tunaweza kukamilisha mambo mengi mazuri. Sasa, napenda kukupa baadhi ya mifano ya sifa za wale ambao wamezaa tunda la upole.

Kwanza, wanaheshimika na matendo yao ni ya kawaida

Wale ambao wanaonekana wapole wasio na hasira lakini kwa uhalisia wana hila hawawezi kukubali wengine. Watadharauliwa na kutumiwa na wengine. Katika historia, baadhi ya wafalme walikuwa wapole kwa tabia lakini hawakuwa na ukarimu, hivyo nchi haikuwa imara. Baadaye katika historia watu huwatathmini kuwa si wapole lakini mtu asiyeweza na asiye na maamuzi.

Kwa upande mwingine, wafalme wengine walikuwa wakali na wenye busara pamoja na hekima iliyoambatana na heshima. Chini ya utawala wa wafalme kama hawa, nchi ilikuwa imara na watu walikuwa na amani. Vivyo hivyo, wale wenye upole na ukarimu mzuri wana kiwango sahihi cha kuhukumu. Wanafanya yaliyo haki kwa kutambua lililo sahihi na baya kwa usahihi.

Yesu alipolisafisha Hekalu na akakemea unafiki wa Mafarisayo na waandishi, alikuwa na nguvu sana na mwenye ukali. Yeye ana moyo mpole ili 'asivunje mwanzi lililodhoofu au kuzima utambi', lakini bado aliwakemea watu kwa ukali alipotakiwa kufanya hivyo. Ikiwa una heshima na haki kama hivyo ndani ya moyo, watu hawawezi kukutazama hata ingawa hutainua sauti yako au kujaribu kuwa mkali.

Mwonekano wa nje pia unahusiana na kuwa na tabia za Bwana na matendo sahihi ya mwili. Wenye haki wema wana heshima, mamlaka na umuhimu kwa maneno yao; hawazungumzi maneno yasiyo na maana. Huvaa nguo zinazofaa kwa kila tukio. Wana nyuso za upole, lakini si nyuso baridi au za kuzubaa.

Kwa mfano, tuseme mtu ana nywele ambazo hazijachanwa vizuri na amevaa nguo chafu. Tuseme pia kwamba anapenda kuzungumza utani na kuzungumza juu ya vitu visivyo na maana. Pengine ni vigumu sana kwa mtu huyo kuaminika na kuheshimiwa na wengine. Watu wengine hawataka kuwa karibu naye na hata kukumbatiwa naye.

Ikiwa Yesu alikuwa akifanya utani wakati wote, wanafunzi Wake wangejaribu kutaniana naye. Kwa hiyo, ikiwa Yesu angewafundisha jambo fulani gumu, wangebishana naye au wangesisitiza maoni yao wenyewe. Lakini hawakuthubutu kufanya hivyo. Hata wale waliokuja kwake kushindana naye hawakuweza kushindana naye kwa sababu ya heshima yake. Maneno na matendo ya Yesu daima yalikuwa na uzito na heshima, kwa hivyo watu hawakumchukulia kijuujuu.

Bila shaka, wakati mwingine mkuu katika uongozi anaweza kufanya utani na wasaidizi wake ili kuondoa hali fulani isiyo nzuri. Lakini ikiwa wasaidizi watataniana kwa kiwango kisichofaa, hii inamaanisha hawana ufahamu wa kutosha. Lakini ikiwa viongozi hawako sawa, na wanaonyesha mwonekano usio sawa, hawawezi kuaminiwa na wengine. Hasa, maafisa wa juu kwa vyeo katika kampuni wanapaswa kuwa na tabia njema na namna bora ya kuzungumza.

Mkuu katika shirika anaweza kuzungumza kwa heshima na akatenda kwa heshima mbele ya wasaidizi wake, lakini wakati mwingine, ikiwa mmoja wa wasaidizi wake anaonyesha heshima nyingi, mkuu huyu anaweza kuzungumza kwa lugha ya kawaida, si kwa mtindo wa heshima, ili kumweka msaidizi wake katika hali ya kawaida. Katika hali hii, kutokuwa na upole kunaweza kukamfanya masaidizi wake kujisikia salama na anaweza kufungua moyo wake kwa urahisi. Lakini kwa sababu tu mkuu anawafanya wasaidizi wake wajisikie kawaida, watu wa chini hawapaswi kuwadharau wakuu wao, kubishana nao au kutowatii.

Kitabu cha Warumi 15:2 kinasema, "Kila mtu miongoni mwetu na ampendeze jirani yake, apate wema, akajengwe." Wafilipi 4:8 inasema, "Hatimaye, ndugu zangu, mambo yoyote yaliyo ya kweli, yoyote yaliyo ya heshima, yoyote yaliyo ya haki, yoyote yaliyo safi, yoyote yenye kupendeza, yoyote yenye sifa njema; ukiwapo wema wowote, ikiwapo sifa nzuri yoyote, yatafakarini hayo." Vivyo hivyo wale walio wapole na wakarimu watafanya kila kitu kwa haki na hujali kuwafanya wengine kuwa na raha.

Pili, wapole huonyesha matendo ya rehema na huruma kwa kuwa na moyo mkuu

Siyo tu kwamba huwasaidia wale ambao wana mahitaji ya kifedha lakini pia wale ambao wana shida ya kiroho kwa kuwafariji na kuwaonyesha neema. Lakini ingawa wana upole ndani yao, ikiwa upole huo unakaa moyoni mwao tu, ni vigumu kutoa harufu hiyo ya Kristo.

Kwa mfano, tuseme kuna muumini anayesumbuliwa na mateso kwa sababu ya imani yake. Ikiwa viongozi wa kanisa walio karibu naye watafahamu, watamhurumia na kumwombea. Wao ni viongozi ambao huhisi huruma tu mioyoni mwao. Kwa upande mwingine, viongozi wengine humtia moyo na kumfariji na pia kumsaidia kwa matendo kulingana na hali aliyo nayo. Wanamtia nguvu ili aweze kushinda kwa imani.

Hivyo, kwa kuzingatia tu moyoni na kuonyesha matendo halisi itakuwa tofauti sana kwa mtu ambaye anapitia shida. Upole unapoonyesha nje kama matendo ya ukarimu, inaweza kutoa neema na uhai kwa wengine. Kwa hivyo, Biblia inaposema 'wapole watairithi nchi' (Mathayo 5: 5), ina uhusiano wa karibu na uaminifu unaodhihirishwa kama matokeo ya ukarimu na wema. Kuirithi nchi kunahusiana na thawabu za mbinguni. Kawaida, kupokea thawabu za mbinguni kuna uhusiano na uaminifu. Unapopokea ngao ya shukrani, sifa ya heshima, au tuzo ya uinjilisti kutoka kanisani, ni matokeo ya uaminifu wako.

Vivyo hivyo, wapole watapokea baraka, lakini haitoki tu kwa moyo mpole yenyewe. Moyo huo mpole unapoonyeshwa kwa matendo ya wema na ukarimu, tunda la uaminifu huzaliwa. Kisha hupokea thawabu kama matokeo yake. Yaani, unapokubali na kuzikubali roho nyingi kwa ukarimu, kuwafariji na kuwatia moyo na kuwapa uzima, utaurithi ufalme wa mbinguni kupitia matendo kama hayo.

Kuzaa tunda la upole

Sasa, tunawezaje kuzaa tunda la upole? Kwa ujumla, tunapaswa kuimarisha moyo wetu kuwa udongo mzuri.

Akawaambia mambo mengi kwa mifano, akisema, "Tazama, mpanzi alitoka kwenda kupanda. Na alipokuwa akipanda, mbegu nyingine zilianguka karibu na njia, ndege wakaja wakazila; Nyingine ikaanguka penye mwamba, pasipokuwa na udongo mwingi; mara ikaota kwa kuwa na udongo haba. Hata jua lilipozuka iliungua, na kwa kuwa haina mizizi ikanyauka." Nyingine zikaanguka penye miiba; ile miiba ikamea, ikazisonga. nyingine zikaanguka penye udongo mzuri, zikazaa, moja mia, moja sitini, moja thelathini." (Matthew 13:3-8).

Katika Mathayo sura ya 13, moyo wetu umefananishwa na aina nne tofauti za udongo. Inaweza kuwa pembezoni mwa barabara, shamba la mawe, shamba la miiba na udongo mzuri.

Moyo wa udongo mzuri unafanana na wa pembezoni mwa barabara ambao unapaswa kuvunjwa kwa kujihesabia haki na mifumo iliyojitengenezea

Pembezoni mwa barabara hukanyagwa na watu na ni pagumu, hivyo mbegu haziwezi kupandwa ndani yake. Mbegu haziwezi kuimarika na huliwa na ndege. Wale ambao wana mioyo kama hiyo wana mawazo ya ukaidi. Hawafungui moyo wao kwa kweli, kwa hiyo hawawezi kukutana na Mungu na hawana imani. Maarifa na mifumo yao imekuwa imara sana kiasi kwamba hawawezi kulikubali Neno la Mungu. Wanaamini kuwa wako sahihi. Ili waweze kuvunja kujihesabia haki kwao na mifumo, wanapaswa kubomoa uovu katika mioyo yao kwanza. Ni vigumu kuvunja kujihesabia haki kibinafsi na mifumo ikiwa mtu anaendelea kujivuna, ana kiburi, ukaidi na uongo. Uovu huo utamfanya mtu awe na mawazo ya kimwili ambayo huwazuia wasiliamini Neno la Mungu.

Kwa mfano, wale ambao wamekuwa wakikusanya uongo katika akili zao hawawezi kuacha kuwa na mashaka hata kama wengine wanasema ukweli Warumi 8:7 inasema, "Kwa kuwa ile nia ya mwili ni uadui juu ya Mungu, kwa maana haitii sheria ya Mungu, wala haiwezi kuitii." Kama ilivyoandikwa, hawawezi kusema 'Amina' kwa Neno la Mungu wala kulitii.

Baadhi ya watu ni wakaidi sana mwanzoni, lakini mara tu wanapopokea neema mawazo yao hubadilika, huwa wenye ujasiri sana katika imani yao. Hili ndilo ambalo limewafanya wakawa wagumu akili zao lakini mioyo yao kwa ndani ni ya upole. Lakini watu wa barabarani ni tofauti na watu hawa. Wao hata mioyo yao ya ndani ni migumu pia. Moyo ulio mgumu nje lakini mpole ndani unaweza kulinganishwa na barafu nyembamba ilhali moyo wa barabarani unaweza kulinganishwa na bwawa la maji lililoganda kwa chini.

Kwa kuwa moyo kama mbegu ya barabarani umefanywa kuwa mgumu kwa uongo na uovu kwa muda mrefu, si rahisi kuivunja kwa muda mfupi. Mtu lazima aendelea kuivunja taratibu ili kuiendeleza. Wakati wowote ambapo Neno la Mungu halikubaliani na mawazo yao, wanapaswa kufikiria ikiwa mawazo yao ni sahihi kweli. Pia, wanapaswa kuhifadhi matendo ya wema ili Mungu awape neema.

Wakati mwingine, watu huniomba niwaombee ili waweze kuwa na imani. Kwa kweli, inatia huruma kwamba hawawezi kuwa na imani hata baada ya kushuhudia nguvu za Mungu na kusikiliza neno la Mungu sana, lakini bado ni bora zaidi kuliko kutojaribu. Kwa mioyo iliyo kama mbegu za kando ya barabara, wanafamilia wao na viongozi wa kanisa wanapaswa kuwaombea na kuwaongoza, lakini ni muhimu kwamba wao pia wakawa na juhudi binafsi. Kisha, wakati fulani, mbegu ya Neno itaanza kuchipuka katika mioyo yao.

Moyo unafanana na shamba lenye mawe unapaswa kuacha kuupenda ulimwengu

Ukipanda mbegu katika shamba la mawe, zitaota lakini hazitakua vizuri kutokana na mawe. Kwa njia hiyo hiyo, wale walio na moyo wa shamba la mawe huanguka wakati majaribu, mateso au vishawishi vinapokuja.

Wanapopokea neema ya Mungu, wanahisi kama vile kwa hakika wanapenda kujaribu kuishi kwa kulifuata Neno la Mungu. Wanaweza hata kushuhudia kazi kuu za Roho Mtakatifu. Hiyo ni kusema kwamba, mbegu ya Neno ilianguka kwenye moyo wao na ikaota. Hata hivyo, hata baada ya kupokea neema hii, mawazo yanayopingana hutokea wanapokaribia kwenda kanisani Jumapili inayofuata. Kwa hakika walimshuhudia Roho Mtakatifu, lakini wakaanza kuwa na mashaka na kuhisi kuwa ni aina fulani ya wakati wa msisimko wa kihisia. Wana mawazo yanayowafanya kuwa na mashaka, na hufunga mlango wa moyo wao tena.

Kwa wengine, migogoro inaweza kuwa kwamba hawawezi

kuacha vituo vyao vya kujifurahisha au vituo vingine ambavyo wamezoea kufurahia, na hawaitunzi Siku ya Bwana. Ikiwa wanateswa na wanafamilia zao au wakubwa wao katika kazi wakati wanaishi maisha yaliyojaa Roho kwa imani, wanaacha kuhudhuria kanisani. Wanapokea neema sana na wanaonekana kuwa na maisha mazuri katika imani kwa muda fulani, lakini wanapokuwa na tatizo na waumini wengine katika kanisa, wanaanza kujisikia kushutumiwa na huondoka kanisani.

Basi, ni nini sababu ya mbegu ya Neno kutoota mizizi? Ni kwa sababu ya 'mawe' yaliyowekwa ndani ya moyo. Mwili wa moyo unawakilishwa na 'mawe' kama mfano na ni uongo huu unaowazuia wasilitii Neno. Miongoni mwa mambo mengi yasiyo ya kweli, haya ndio ambayo ni ngumu sana ambayo huzuia mbegu ya Neno kutoka mizizi. Zaidi hasa, ni mwili wa moyo unaopenda ulimwengu huu.

Ikiwa wanapenda aina fulani ya burudani ya kidunia, ni vigumu kwao kulitunza Neno linalowaambia, "Ifanyeni Sabato kuwa takatifu." Pia, wale walio na jiwe la tamaa katika moyo wao hawaji kanisani kwa sababu wanachukia kutoa zaka na sadaka kwa Mungu. Watu wengine wana miamba ya chuki ndani ya mioyo yao, hivyo neno la upendo haliwezi kuota mizizi.

Miongoni mwa wale wanaohudhuria kanisani vizuri, kuna wengine ambao wana moyo wa shamba la mawe. Kwa mfano, ingawa walizaliwa na kukulia katika familia za Kikristo na walijifunza Neno tangu utotoni, hawaishi kwa kulifuata Neno. Walimpokea Roho Mtakatifu na wakati mwingine waliipokea neema pia, lakini hawatupilii mbali upendo wao kwa ulimwengu. Wanapolisikiliza Neno, wanajiwazia wao wenyewe kwamba hawapaswi kuishi kama wanavyoishi sasa, lakini wanaporudi nyumbani wanarudi duniani tena. Wanaishi maisha yanayozunguka uzio kwa mguu mmoja upande wa Mungu na mguu mwingine upande wa dunia. Kwa sababu ya Neno walilosikia hawamwachi Mungu, lakini bado wana mawe mengi mioyoni mwao ambayo inazuia Neno la Mungu lisiote mizizi.

Pia, baadhi ya mashamba ya mawe ya mawe ni mawe tu. Kwa mfano, baadhi ya watu ni waaminifu na hawabadiliki. Pia huzaa matunda. Lakini wana chuki moyoni, na wana migongano na wengine katika kila jambo. Pia hutoa hukumu na kulaani, hivyo huvunja amani kila mahali. Kwa sababu hii, baada ya miaka mingi, hawazai tunda la upendo au tunda la upole. Wengine wana mioyo ya upole na mizuri. Wanachukuliana na wanaelewana na wengine, lakini si waaminifu. Huvunja ahadi kwa urahisi na hawawajibiki katika mambo mengi. Hivyo, wanapaswa kuboresha mapungufu yao ili kulima shamba lao la moyo ili liwe udongo mzuri.

Sasa, tunapaswa kufanya nini kulima shamba la mawe?

Kwanza, tunapaswa kulifuata Neno kwa bidii. Muumini fulani alijaribu kutimiza majukumu yake kwa utiifu wa Neno ambalo linatwambia tuwe waaminifu. Lakini si rahisi kama alivyofikiria.

Alipokuwa mshirika wa kawaida wa kanisa ambaye hakuwa na cheo, washirika wengine walimhudumia. Lakini sasa katika nafasi yake anatakiwa kuwatumikia washirika wengine. Anaweza akajitahidi, lakini hajisikii vizuri anapotumika pamoja na mtu asiyekubaliana naye. Hisia zake mbaya kama vile chuki na hasira kali hutoka moyoni mwake. Hatua kwa hatua hupoteza ukamilifu wa Roho na hata anafikiria kuacha kazi yake.

Hisia hizi mbaya ni mawe ambayo anapaswa kuyatupa mbali na shamba lake la moyo. Hisia hizi mbaya hutoka kwenye mwamba mkubwa unaoitwa 'chuki'. Anapojaribu kulitii Neno, 'uwe mwaminifu', anakabiliwa na mwamba unaoitwa 'chuki'. Anapogundua hili, anapaswa kuushambulia mwamba huu unaoitwa 'chuki' na auondoe. Hapo ndipo anaweza kulitii Neno lilonatushauri kupenda na kuwa na amani. Pia, hapaswi kuacha kwa sababu tu ni ngumu, lakini anahitaji kushikilia kazi yake kwa nguvu zaidi na kutimiza kwa shauku zaidi. Kwa njia hii, anaweza kubadilika akawa mfanyakazi mpole.

Pili, tunapaswa kuomba kwa bidii tunapoenenda kwa kulifuata Neno la Mungu. Mvua inaponyesha shambani, linakuwa na unyevu na laini. Ni wakati mzuri wa kuondoa mawe. Vivyo hivyo, tunapoomba, tutajazwa na Roho, na moyo wetu utakuwa mwepesi. Tunapojazwa na Roho Mtakatifu kwa sala, hatupaswi kukosa nafasi hiyo. Tunapaswa kuondoa mawe haraka. Yaani, tunapaswa kuvitendea kazi mara moja vitu ambavyo hatukuweza kuvitii kabla. Tunapoendelea kufanya hivyo tena na tena, hata miamba mikubwa iliyowekwa ndani zaidi inaweza kutikiswa na kuvutwa ikaondolewa. Tunapopokea neema na nguvu ambazo Mungu ametoa kutoka juu na kupokea ukamilifu wa Roho Mtakatifu, ndipo tunaweza kuiondoa na dhambi na uovu ambao hatukuweza kuuondoa kwa uwezo wetu wenyewe.

Shamba la miiba haliwezi kuzaa matunda kutokana na wasiwasi wa ulimwengu na udanganyifu wa utajiri

Tukipanda mbegu katika maeneo ya miiba, zinaweza kuota na kukua, lakini kwa sababu ya miiba haiwezi kuzaa tunda lolote. Vivyo hivyo, wale walio na moyo kama mashamba ya miiba wanaamini na hujaribu kulitendea kazi Neno, lakini hawawezi kulitendea kazi Neno kwa ukamilifu. Ni kwa sababu wana wasiwasi wa ulimwengu, na udanganyifu wa utajiri, ambao ni uchoyo wa pesa, umaarufu na nguvu. Kwa sababu hii, wanaishi katika mateso na majaribu.

Watu kama hao huwa na wasiwasi wa mambo ya kimwili kila wakati kama vile kazi za nyumbani, biashara zao au kazi zao za kesho hata kama wanahudhuria kanisani. Wanatakiwa kupata faraja na nguvu mpya wanapohudhuria ibada kanisani, lakini wana mashaka na wasiwasi. Ijapokuwa wanatumia Jumapili nyingi kuwepo kanisani, hawawezi kuonja furaha na amani ya kweli ya kuifanya Jumapili kuwa takatifu. Ikiwa kwa kweli wangeitunza na kuifanya Jumapili takatifu, roho zao zingefanikiwa na wangepata baraka za kiroho na kimwili. Lakini, hawawezi kupokea baraka kama hizo. Kwa hivyo, wanapaswa kuondoa miiba na kulitendea kazi Neno la Mungu vizuri ili waweze kuwa na udongo mzuri wa moyo.

Sasa, tunawezaje kulima shamba la miiba?

Tunatakiwa kungo'a miiba kwenye mizizi. Miiba inaashiria mawazo ya kimwili. Mizizi yake inaashiria mambo maovu na ya kimwili ya moyo. Yaani, ouvu na tabia mbaya za kimwili ndani ya moyo ni vyanzo vya mawazo ya kimwili. Ikiwa matawi tu ndiyo yanakatwa kutoka kwenye kichaka cha miiba, miiba itaongezeka tena. Vivyo hivyo, ijapokuwa tunaweka akili zetu kutokuwa na mawazo ya kimwili, hatuwezi kuzizuia kwa kadri tunavyokuwa na uovu mioyoni mwetu. Tunapaswa kuuondoa mwili wa moyo kutokea kwenye mizizi.

Miongoni mwa mizizi mingi, ikiwa tunatoa mizizi inayoitwa tamaa na kiburi, tunaweza kuutupa mwili kutoka kwenye moyo wetu kwa kiasi kikubwa. Tunaweza tukafungwa na ulimwengu na kuwa na wasiwasi juu ya mambo ya kidunia kwa sababu tuna tamaa kwa vitu vya kimwili. Kisha daima tunawaza ni nini kinatufaa binafsi na tunaifuata njia yetu wenyewe, hata ingawa tunaweza kusema sisi tunaishi kwa Neno la Mungu. Pia, ikiwa tuna kiburi hatuwezi kutii kabisa. Tunatumia hekima ya kimwili na mawazo yetu ya kimwili kwa sababu tunadhani tuna uwezo wa kufanya kitu. Hivyo, kwanza, tunapaswa kung'oa mizizi inayoitwa tamaa na kiburi.

Kukuza udongo mzuri

Mbegu zinapopandwa katika udongo mzuri, zinaota na kukua na kuzaa matunda 30, 60, au mara 100 zaidi. Wale walio na mashamba-moyo kama hayo hawajihesabii haki wala mifumo kama wale wenye mioyo ya undongo wa pembezoni mwa barabara. Hawana mawe au miiba, na hivyo hutii Neno la Mungu kwa 'Ndiyo' na 'Amina' tu. Kwa njia hii, wanaweza kuzaa matunda mengi.

Bila shaka, ni vigumu kutofautisha kati ya moyo wa pembezoni mwa barabara, shamba la mawe, shamba la miiba na udongo mzuri ikiwa tunachunguza kwa kipimo fulani. Moyo wa barabarani unaweza kuwa na udongo mwingi. Hata udongo mzuri unaweza kuingiza baadhi ya uongo ambao ni kama mawe katika mchakato wa kukua. Lakini bila kujali aina gani ya shamba, tunaweza kulifanya kuwa la udongo mzuri ikiwa tunalilima kwa bidii. Vivyo hivyo, jambo muhimu ni jinsi tunavyopanda shamba kwa bidii badala ya aina ya moyo wa shamba.

Hata ardhi iliyozaa inaweza kulimwa na ikawa shamba lenye udongo mzuri ikiwa mkulima analilima kwa bidii sana. Vivyo hivyo, mashamba ya moyo ya watu yanaweza kubadilishwa kwa nguvu za Mungu. Hata mioyo iliyo migumu kama shamba la pembezoni mwa barabara inaweza kupandwa kwa msaada wa Roho Mtakatifu.

Kwa kweli, kumpokea Roho Mtakatifu haina maana kwamba mioyo yetu itabadilika moja kwa moja. Lazima tuweke jitihada zetu, pia. Ni lazima tuombe kwa bidii, tujaribu kufikiri katika kweli katika kila kitu, na tujaribu kuutendea kweli ukweli. Hatupaswi kuacha baada ya kujaribu kwa wiki kadhaa au hata miezi kadhaa, lakini tunapaswa kuendelea kujaribu.

Mungu hufikiria jitihada zetu kabla ya kutupa neema na nguvu zake na msaada wa Roho Mtakatifu. Ikiwa tunaendelea kuzingatia namna tunvyopaswa kubadilika na kwa hakika tukabadili tabia hizi kwa neema na nguvu za Mungu na msaada wa Roho Mtakatifu, basi ni dhahiri tutakuwa tofauti sana baada ya mwaka. Tutazungumza maneno mazuri tukiifuata kweli, na mawazo yetu yatabadilika kuwa mawazo mazuri ambayo ni ya kweli.

Kwa kiwango ambacho tunalima shamba la moyo wetu na kuwa udongo mzuri, matunda mengine ya Roho Mtakatifu yatazaliwa ndani yetu pia. Hasa, upole una uhusiano wa karibu na kilimo cha shamba la moyo wetu. Tusipoondoa tabia zisizo za kweli kama vile hasira, chuki, wivu, uchoyo, ugomvi, kujivunia na kujihesabia haki, hatuwezi kuwa na upole. Kisha, roho zingine haziwezi kupata mapumziko ndani yetu. Kwa sababu hii upole unahusiana moja kwa moja na utakatifu kuliko matunda mengine ya Roho Mtakatifu. Tunaweza kupokea haraka kitu chochote tunachoomba kama udongo mzuri unaozaa matunda, ikiwa tunarutubisha upole wa kiroho. Tutaweza pia kusikia sauti ya Roho Mtakatifu kwa uwazi, ili tuweze kuongozwa katika njia za mafanikio katika kila kitu.

Baraka kwa ajili ya wapole

Si rahisi kuendesha kampuni ambayo ina mamia ya wafanyakazi. Hata ikiwa umekuwa kiongozi wa kikundi kwa uchaguzi, si rahisi kuongoza kundi zima. Kuwa na uwezo wa kuunganisha watu wengi na kuwaongoza, mtu lazima awe na uwezo wa kuteka mioyo ya watu kupitia upole wa kiroho.

Bila shaka, watu wanaweza kuwafuata wale walio na nguvu au wale ambao ni matajiri na wanaonekana kuwasaidia wenye uhitaji katika ulimwengu huu. Kuna msemo wa Kikorea unasema, "Mbwa wa waziri anapokufa kunakuwepo waombolezaji wengi, lakini waziri mwenyewe akifa, hakuna mwombolezaji." Kama ilivyo katika msemo huu, tunaweza kujua ikiwa mtu alikuwa na ukarimu bora anapopoteza nguvu na utajiri wake. Mtu anapokuwa tajiri na mwenye nguvu, watu humfuata, lakini ni vigumu kupata mtu yeyote anayekaa na mtu mpaka mwisho hata ingawa amepoteza nguvu zake zote na utajiri.

Lakini mwenye wema na ukarimu hufuatwa na watu wengi hata kama akipoteza nguvu na utajiri wake. Hawamfuati ili wapate fedha, bali waweze kupumzika.

Hata katika kanisa, baadhi ya viongozi husema ni ngumu kwa sababu hawawezi kukubali na kukubaliana wajumbe wa vikundi. Ikiwa wanataka kuwa na uamsho katika kikundi chao, wanapaswa kwanza kukuza moyo wa upole ambao ni laini kama pamba. Kisha, wajumbe watapata mapumziko katika viongozi wao, wakifurahia amani na furaha, hivyo uamsho utafuata moja kwa moja. Wachungaji na wahudumu lazima wawe wapole na waweze kukarimbisha mioyo mingi.

Kuna baraka zinazotolewa kwa ajili ya upole. Mathayo 5: 5 inasema, "Heri wenye upole, maana watairithi nchi." Kama ilivyoelezwa hapo awali, kurithi dunia haimaanishi kwamba tutapata ardhi hapa duniani. Ina maana kwamba tutapokea ardhi mbinguni kwa kiasi ambacho tumekuza upole wa kiroho katika moyo wetu. Tutapokea nyumba kubwa ya kutosha mbinguni ili tuweze kukaribisha kila roho iliyopumzika ndani yetu.

Kupata nafasi kubwa sana kama hiyo ya kukaa mbinguni inamaanisha pia kwamba tutakuwa katika nafasi ya heshima sana. Hata kama tuna ardhi kubwa sana duniani, hatuwezi kuiingiza mbinguni. Lakini nchi tunayopokea Mbinguni kwa kukuza moyo mpole itakuwa urithi wetu ambao hauwezi kutoweka milele. Tutapata furaha ya milele mahali petu pamoja na Bwana na wapendwa wetu.

Kwa hiyo, ninatumaini utaukuza kwa bidii moyo wako ili uzae tunda la upole, ili uweze kurithi kipande kikubwa cha ardhi kama urithi wako katika ufalme wa mbinguni kama ule wa Musa.

1 Wakorintho 9:25

"Na kila ashindanaye katika michezo hujizuia katika yote; Basi hao hufanya hivyo ili wapokee taji liharibikayo; bali sisi tupokee taji lisiloharibika."

Sura ya 10

Kiasi

Kiasi kinahitajika katika Nyanja zote za maisha

Kiasi, msingi wa watoto wa Mungu

Kiasi hutimiliza matunda ya Roho Mtakatifu

Ushahidi kwamba tunda la kiasi limezaliwa

Ikiwa unataka kuzaa tunda la kiasi

Kiasi

Mbio za nyika (marathoni) ni kilomita 42.195 (maili 26 na yadi385). Wakimbiaji wanapaswa kusimamia mwendo kasi wao ili wafike kwenye mstari wa kumaliza. Si mbio ya umbali mfupi ambayo huisha haraka, hivyo hawapaswi kukimbia kwa kasi pasipo mpangilio. Wanapaswa kukimbia kwa mwendo kasi sawa na kipindi chote, na wanapofikia hatua inayofaa, wanaweza kutumia nguvu yao ya mwisho.

Kanuni hiyo hiyo inatumika kwa maisha yetu. Tunapaswa kuwa waaminifu mpaka mwisho wa mbio yetu ya imani na kushinda mapambano dhidi yetu sisi wenyewe ili tushinde. Zaidi ya hayo, wale ambao wanataka kupokea taji za utukufu katika ufalme wa mbinguni wanapaswa kuwa na kiasi katika mambo yote.

Kiasi kinahitajika katika Nyanja zote za maisha

Katika ulimwengu huu tunaweza kuona kwamba wale ambao hawana kiasi hufanya maisha yao kuwa magumu na kujisababishia matatizo wao wenyewe. Kwa mfano, ikiwa wazazi wanampa mtoto wao upendo mkubwa kwa sababu tu ni mtoto peke yake, inawezekana kabisa mtoto huyu akaharibikiwa. Pia, ingawa wanajua kuwa wanapaswa kusimamia na kuzitunza familia zao, wale ambao wamejikita kwenye kamari au aina nyingine za anasa huharibu familia zao kwa sababu hawawezi kujidhibiti. Wanasema, "Hii itakuwa mara ya mwisho. Sitafanya tena, "lakini 'wakati wa mwisho' unaendelea kutokea kila wakati.

Katika riwaya maarufu ya kichina inayozungumzia ya

kihistoria ya Mahaba ya Falme Tatu, Zhang Fei amejaa upendo na ujasiri lakini ni mwenye hasira na mchokozi. Liu Bei na Guan Yu, ambao wanaoapa kuwa na urafiki wa kindugu pamoja naye, daima wana wasiwasi kwamba anaweza kufanya makosa wakati wowote. Zhang Fei anashauriwa sana, lakini hawezi kabisa kubadilisha tabia yake. Hatimaye, anakabiliwa na shida kwa sababu ya hasira yake. Anawapiga na kuwatandika wasaidizi wake ambao hawafikii matarajio yake, na wanaume wawili ambao wanahisi wameadhibiwa kimakosa wanakuwa na kinyongo dhidi yake, wanamwua, na kujisalimisha kwenye kambi ya adui.

Vivyo hivyo, wale ambao hawawezi kudhibiti hasira zao huumiza hisia za wengi nyumbani na mahali pa kazi. Ni rahisi kwao kusababisha udui kati yao na wengine, na hivyo hawana uwezekano wa kuuishi maisha ya mafanikio. Lakini wenye hekima watajilaumu wao wenyewe na kuendana na wengine hata katika mazingira ya hasira. Hata kama wengine wanafanya makosa makubwa, hudhibiti hasira zao na kuilainisha mioyo ya wengine kwa maneno ya faraja. Vitendo hivyo ni vitendo vya busara ambavyo vitaipata mioyo ya watu wengi na kuruhusu maisha yao kuweza kukua.

Kiasi, msingi wa watoto wa Mungu

Kimsingi, sisi, kama watoto wa Mungu, tunahitaji kiasi ili tuiondoe dhambi. Tunapokuwa na kiasi kidogo, ndivyo inakuwa shida kwetu katika kuiondoa dhambi. Tunaposikiliza Neno la Mungu na kupokea neema ya Mungu, tunabadilika sisi wenyewe, lakini tunaweza tukajaribiwa tena na ulimwengu. Tunaweza kuliona hili kwa maneno yanayotoka kwenye midomo yetu. Watu wengi huomba ili midomo yao iwe mitakatifu na mikamilifu. Lakini katika maisha yao, husahau yale waliyoomba, na huzungumza kama wanavyotaka, kwa kufuata tabia za zamani. Wanapoona kitu kilichotokea ni kigumu kwao kuelewa kwa sababu kinapingana na kile wanachofikiri au kuamini, baadhi yao hupiga kelele na kulalamika.

Wanaweza kujutia baada ya kulalamika, lakini hawawezi kujidhibiti hisia zao zinapotibuka. Pia, watu wengine hupenda kuzungumza sana kiasi kwamba hawawezi kuacha kuzungumza mara tu wanapoanza. Hawana ufahamu kati ya maneno ya kweli na ya uongo, na mambo ambayo wanapaswa kusema au kutosema, hivyo hufanya makosa mengi.

Tunaweza kuelewa umuhimu wa kiasi kwa kuona kipengele hiki cha kudhibiti maneno yetu.

Kiasi hutimiliza matunda ya Roho Mtakatifu

Lakini tunda la kiasi, kama moja ya matunda ya Roho Mtakatifu, halimaanishi tu kujidhibiti kutenda dhambi. Kiasi kama moja ya matunda ya Roho Mtakatifu hudhibiti matunda mengine ya Roho Mtakatifu ili yaweze kuwa makamilifu. Kwa sababu hii, tunda la kwanza la Roho ni upendo na la mwisho ni kiasi. Kiasi huangaliwa kidogo kuliko matunda mengine, lakini ni la muhimu sana. Linathibiti kila kitu ili kuwepo utulivu, mpangilio na ufanisi. Limetajwa mwishoni miongoni mwa matunda mengine ya Roho kwa sababu matunda mengine yote yanaweza kukamilika kwa kujidhibiti.

Kwa mfano, ingawa tuna tunda la furaha, hatuwezi tu kuelezea furaha yetu popote wakati wowote. Wakati wengine wanaomboleza kwenye mazishi, ikiwa una tabasamu kubwa kwenye uso wako, wanaweza kusema nini juu yako? Hawatasema una neema kwa kuwa unazaa tunda la furaha. Ingawa furaha ya kupokea wokovu ni kuu sana, tunahitaji kuidhibiti kulingana na mazingira. Kwa njia hii tunaweza kuifanya kuwa tunda halisi la Roho Mtakatifu.

Ni muhimu kuwa na kiasi tunapokuwa waaminifu kwa Mungu pia. Hasa, ikiwa una majukumu mengi, unapaswa kutenga muda wako kwa usahihi ili uweze kuwa mahali ambapo unahitaji kuwa zaidi wakati unaofaa. Hata wakati mkutano fulani ni wa neema sana, unahitaji kuumaliza wakati unapotakiwa kukamilika. Vivyo hivyo, ili tuwe waminifu katika nyumba yote ya Mungu, tunahitaji tunda la kiasi.

Ndivyo ilivyo hata kwa matunda mengine yote ya Roho Mtakatifu, ikiwa ni pamoja na upendo, rehema, wema, nk. Matunda yaliyozaliwa katika moyo yanapoonyeshwa kwa vitendo, tunapaswa kufuata mwongozo na sauti ya Roho Mtakatifu ili kuifanya kuwa sahihi zaidi. Tunaweza kuainisha kazi ya kwanza kufanyika na ile ambayo ianaweza kufanyika baadaye. Tunaweza kuamua ikiwa tunapaswa kwenda mbele au kurudi nyuma. Tunaweza kuwa na utambuzi kupitia tunda hili la kiasi.

Ikiwa mtu amezaa matunda yote ya Roho Mtakatifu kabisa, inamaanisha anafuata matakwa ya Roho Mtakatifu katika vitu vyote. Ili kufuata tamaa za Roho Mtakatifu na kutenda kwa ukamilifu, tunapaswa kuwa na tunda la kiasi. Ndiyo maana tunasema kwamba matunda yote ya Roho Mtakatifu yanakamilishwa kupitia tunda hili la kiasi, tunda la mwisho.

Ushahidi kwamba tunda la kiasi limezaliwa

Matunda mengine ya Roho Mtakatifu yanapoonekana kwa nje, tunda la kiasi linakuwa kama kituo cha usuluhishi linalotoa amani na utaratibu. Hata tunapochukua kitu kizuri katika Bwana, kuchukua kila unachoweza daima si vizuri. Tunasema kitu cha ziada kilichozidi ni kibaya zaidi kuliko kitu kilichopungua. Katika roho, pia, tunapaswa kufanya kila kitu kwa kiasi kufuatana na tamaa za Roho Mtakatifu.

Sasa, napenda kuelezea kwa kina jinsi tunda la kiasi linaweza kuonyeshwa.

Kwanza, tunafuata mpangilio au ngazi katika mambo yote.

Kwa kuelewa nafasi yetu kwenye utaratibu huo, tutaelewa ni wakati upi sharti tutende au tusitende na maneno ambayo sharti tuyaseme au tusiyaseme. Kisha, hakutakuwa na migogoro yoyote, ugomvi, au kutoelewana. Pia, hatuwezi kufanya chochote kisichofaa au mambo yanayovuka mipaka ya msimamo wetu. Tuchukulie kwa mfano, kiongozi wa kundi la umisionari alimwomba msimamizi kufanya kazi fulani. Msimamizi huyu amejaa ari, na alihisi kuwa ana wazo zuri zaidi, hivyo alibadilisha mambo fulani yeye mwenyewe na akafanya ile kazi vizuri sana. Kisha, hata ingawa alifanya kazi kwa ari kubwa, alikosa kuitii ile amri kwa kubadilisha mambo kwa sababu ya ukosefu wa kiasi. Mungu hutupa hadhi ya juu tunapofuata utaratibu kulingana na nafasi tofauti katika makundi ya umisionari wa kanisa, kama vile uraisi, u makamu wa raisi, msimamizi, katibu, au mweka hazina. Viongozi wetu wanaweza kuwa na njia tofauti za kufanya mambo tofauti na njia zetu wenyewe. Kisha, ingawa njia zetu huonekana bora zaidi na zinazoweza kuzaa matunda mengi zaidi, hatuwezi kuzaa matunda mazuri ikiwa utaratibu na amani vimepotea. Shetani wakati wote hujiingiza wakati amani inapokuwa imevunjika, na kazi ya Mungu huzuiwa. Isipokuwa kitu fulani kiwe si cha kweli kabisa, lazima tulifikirie kundi zima, na tutii na kutafuta amani kulingana na utaratibu ili kila kitu kitekelezwe vizuri.

Pili, tunaweza kuzingatia yale yaliyomo, muda, na eneo hata tukifanya jambo fulani jema.

Kwa mfano, kulia katika maombi ni kitu kizuri, lakini ukilia mahali popote pasipo mpangilio, tendo hilo linawea kumwaibisha Mungu. Pia, unapohubiri injili au kuwatembelea washirika ili kuwapa mwongozo wa kiroho, sharti uwe na utambuzi wa maneno unayosema. Hata ingawa unaelewa mambo ya kina ya kiroho, huwezi kuyaeneza kwa kila mtu hivi hivi. Ikiwa unatoa kitu ambacho hakiendani na kipimo cha imani ya msikilizaji, basi huenda hilo likasababisha mtu huyo ajikwae au ahukumu na kutia hatiani.

Katika hali fulani, mtu anaweza kutoa ushuhuda wake au akaongea kuhusu kile anachokielewa kiroho kwa watu walio na shughuli nyingine nyingi. Ingawa yale yaliyomo ni mazuri sana, hawezi kwa kweli kuwajenga wengine isipokuwa yatolewe katika hali zifaazo. Ingawa wengine wanaweza kumsikikiliza tu ili wasionekane kuwa ni wajeuri kwake, hawawezi kwa kweli kuusikiza kwa makini ushuhuda huo kwa kuwa wana shughuli nyingi na wana wasiwasi. Hebu nikupe mfano mwingine. Parokia nzima au kundi la watu linapokuwa linakutana nani kwa ajili ya kuwapa ushauri, na ikiwa mtu mmoja anaendelea kutoa ushuhuda wake, nini kitatokea kwenye mkutano huo? Mtu huyo anamtukuza Mungu kwa sababu amejaa neema na Roho. Lakini matokeo yake ni kwamba, mtu huyu anatumia muda wote yeye binafsi, muda ambao umetengwa kwa ajili ya kundi zima. Hii ni kutokana na ukosefu wa kiasi. Ingawa unafanya jambo jema sana, lazima uzingatie hali zote na uwe na kiasi.

Tatu, hatukosi kuwa na subira au hatuna haraka lakini tu watulivu, hivyo tunaweza kuitikia kila hali kwa utambuzi.

Wale ambao hawana kiasi huwa hawana subira na huwa hawawajali wengine. Wanapoharakisha mambo, wana uwezo mdogo wa ufahamu, na wanaweza kukosa vitu muhimu. Wanaharakisha kuwakuhumu watu na kuwatia hatiani. Hili ni jambo ambalo huwasumbua wengine. Kwa wale ambao hawana subira wanapowasikiza wengine au kuwajibu, hufanya makosa mengi. Hatupaswi kukosa subira na kumkatiza mtu wakati anaongea. Sharti tusikilize kwa makini hadi mwisho ili tuweze kuepuka kutoa hitimisho la haraka haraka. Zaidi ya hayo, kwa njia hii tunaweza kuelewa nia ya mtu huyo na kuitikia ipasavyo.

Kabla hajampokea Roho Mtakatifu, Petro alikuwa mtu asiyekuwa na subira na mtu wa kimbelembele. Alijaribu sana kujidhibiti mbele za Yesu, lakini hata hivyo, wakati mwingine tabia yake halisi ilifunuliwa. Wakati Yesu alimwambia Petro kwamba atamkana kabla ya kusulubiwa, Petro alikataa mara moja kile alichosema Yesu, kwa kusema kwamba hawezi kumkana Bwana.

Kama Petro angekuwa na tunda la kiasi, hangepingana na Yesu tu, lakini angejaribu kutafuta jibu mwafaka. Angalijua kwamba Yesu ni Mwana wa Mungu, na kwamba hawezi kamwe kusema kitu chochote kisicho na maana, angeyaweka maneno ya Yesu katika moyo wake. Kwa kufanya hivyo, angeweza kuwa mwangalifu ili asiweze kumjibu Yesu pasipokufikiria. Utambuzi sahihi unaotuwezesha kuitikia katika njia ipasayo hutokana na kiasi.

Wayahudi walikuwa ni watu waliojaa majivuno. Walikuwa watu wenye majivuno kwa kuwa walishika sheria ya Mungu kwa ukamilifu. Na kwa kuwa Yesu aliwakemea Mafarisayo na Masadukayo ambao walikuwa viongozi wa kisiasa na kidini, hawakumpenda kamwe. Hasusan, Yesu aliposema kuwa ni Mwana wa Mungu, waliona kauli hiyo kuwa kufuru. Wakati huo Sikukuu ya Vibanda ilikuwa imekaribia. Ulipokaribia wakati wa mavuno,

Wayahudi walijenga vibanda kukumbuka safari ya kutoka Misri na wakamshukuru Mungu. Watu mara nyingi walikwenda Yerusalemu kwa shamra shamra hizo.

Lakini Yesu hakuwa anakwenda Yerusalemu ingawa Sikukuu ilikuwa karibu, na ndugu zake walimsihi aende Yerusalemu, kuonyesha miujiza yake, na kujidhihirisha mwenyewe ili watu wamuunge mkono (Yohana 7: 3-5). Walisema, "Kwa maana hakuna mtu afanyaye mambo kwa siri, naye yeye mwenyewe anataka kujulikana." (kif. 4). Ingawa kitu kinaonekana kuwa cha busara, hakina uhusiano na Mungu isipokuwa kiwe kinaendana na mapenzi yake. Kwa sababu ya mawazo yao wenyewe, hata ndugu zake Yesu hawakuona ni sawa walipomwona Yesu akisubiri kimya kimya wakati wake ufike.

Kama Yesu asingekuwa na kiasi, angekuwa amekwenda Yerusalemu haraka ili akajidhihirishe. Lakini hakutikiswa na maneno ya ndugu zake. Alisubiri wakati ufaao na majaliwa ya Mungu yaweze kufunuliwa. Kisha baada ya ndugu zake kwenda wote Yerusalemu, Yesu alikwea akaenda Yerusalemu kimya kimya pasipo watu kujua. Alifanya hivyo kwa kufuata mapenzi ya Mungu akijua wakati wa kwenda na wakati wa kukaa.

Ikiwa unataka kuzaa tunda la kiasi

Tunapozungumza na wengine, mara nyingi maneno na mioyo yao ya ndani ni tofauti. Wengine hujaribu kufunua makosa ya watu wengine ili kufunika makosa yao wenyewe. Wanaweza kuomba kitu ili watimize tamaa ulafi wao, lakini huuliza kana kwamba ni ombi la watu wengine. Huonekana wanauliza swali ili waelewe mapenzi ya Mungu, lakini kwa kweli, wanajaribu kupata jibu wanalolitaka. Lakini ukizungumza nao kwa upole, unaweza kuona kwamba mioyo yao hatimaye imefunuliwa. Wale wenye kiasi hawatatikiswa kwa urahisi na maneno ya watu wengine. Wanaweza kuwasikiliza wengine kwa utulivu na wanaweza kutambua ukweli kwa kazi za Roho Mtakatifu. Ikiwa wanatambua kwa kiasi na kujibu, wanaweza kupunguza makosa mengi yanayoweza kusababishwa na maamuzi mabaya. Kwa kiwango hicho, watakuwa na mamlaka na uzito katika maneno yao, hivyo maneno yao yanaweza kuwa na athari kubwa kwa wengine. Sasa, tunawezaje kuzaa tunda hili muhimu la kiasi?

Kwanza, tunapaswa kuwa na mioyo isiyobadilika.

Tunapaswa kukuza mioyo ya kweli isiyo na uongo au ujanja. Kisha tunaweza kuwa na nguvu ya kufanya kile tunachoamua kufanya. Bila shaka, hatuwezi tu kukuza aina hii ya moyo kwa usiku mmoja. Tunahitaji kuendelea kujifunza, tukianza na kuiweka mioyo yetu katika mambo madogo.

Kulikuwa na bwana fulani na wanafunzi wake. Siku moja walikuwa wakipita sokoni na baadhi ya wafanyabiashara katika soko hilo walikosa kuelewana nao na wakaanza kubishana nao. Wale wanafunzi walikasirika na wakaingilia mzozo huo, lakini yule bosi wao alitulia tu. Basi waliporudi kutoka sokoni, yule bosi alifungua kabati akatoa rundo la barua. Barua zilikuwa na maneno aliyoandikiwa kumkosoa pasipo sababu, basi akawaonyesha wale wanafunzi wake.

Kisha akasema, "Siwezi kuepuka kutoeleweka. Lakini sijali ikiwa watu watakosa kunielewa.. Siwezi kuepuka uchafu wa kwanza unaokuja kwangu, lakini bado ninaweza kuepuka upumbavu wa kuchukua uchafu wa pili."

Hapa, uchafu wa kwanza ni kuwa mada ya masengenyo ya watu wengine. Uchafu wa pili ni ile hali ya kuwa na hisia mbaya na kujiingiza katika mabishano na ugomvi kwa sababu ya masengenyo hayo.

Ikiwa tunaweza kuwa na moyo ulio kama wa bwana huyu, hatutaweza kutetemeshwa na hali zozote zile. Lakini badala yake tutaweza kutuliza mioyo yetu, na maisha yetu yatakuwa ya amani. Wale ambao wanaweza kutuliza mioyo yao wanaweza kujidhibiti wenyewe katika kila kitu. Kwa kiwango tunachotupilia mbali kila aina ya uovu kama vile chuki, husuda na wivu, tunaweza kuaminika na kupendwa na Mungu.

Mambo yale niliyofunzwa na wazazi wangu wakati wa utoto wangu yalinisaidia sana katika huduma yangu ya uchungaji. Nilipofundishwa kuhusu namna sahihi za kuzungumza, namna ya kutembea, na tabia nzuri, nilijifunza kutuliza moyo wangu na kujidhibiti. Wakati tunapofanya uamuzi, lazima tuudumishe na tusiubadilishe faida zetu wenyewe. Tunapoweka pamoja juhudi hizo, tutakuwa na mioyo isiyobadilika na tutapata uwezo wa kujithibiti.

Pili, lazima tujifunze kusikiliza shauku ya Roho Mtakatifu kwa kutozingatia maoni yetu wenyewe kwanza.

Kwa kiwango tunachojifunza Neno la Mungu, Roho Mtakatifu anatuwezesha kusikia sauti yake kupitia Neno tulilojifunza. Hata kama tunashutumiwa kimakosa, Roho Mtakatifu anatwambia tusamehe na tuwapende watu. Kisha, tunaweza kujisemea, 'Mtu huyu lazima ana sababu ya kufanya kile anakichofanya. Nitajaribu kuruhusu kutokuelewana kwake kuondoke kwa kuzungumza naye kama rafiki.' Lakini ikiwa mioyo yetu ina uongo zaidi, tutasikia sauti ya Shetani kwanza. 'Ikiwa nitaachana naye, basi ataendelea kunidharau. Ni lazima nimwadhibu.' Hata kama tunaweza kusikia sauti ya Roho Mtakatifu, tutakosa kuisikia vizuri kwa sababu ni hafifu sana ikilinganishwa na mawazo maovu.

Kwa hiyo, tunaweza kuisikia sauti ya Roho Mtakatifu tunapoutupilia mbali uongo ulio ndani ya mioyo yetu kwa bidii na kuliweka Neno la Mungu katika mioyo yetu. Tukifanya hivyo, tutaweza kuisikia sauti ya Roho Mtakatifu zaidi kadri tunavyotii hata ile sauti hafifu ya Roho. Lazima tujaribu kuisikia sauti ya Roho Mtakatifu kwanza, badala ya kile tunachofikiri kuwa ni cha dharura zaidi na kile tunachofikiria ni kizuri. Ndipo, kadri tunavyosikia sauti yake na kupokea msukumo wake, tutatii na kuutendea kazi msukumo huo. Tunapojifunza kusikiliza na kutii shauku ya Roho Mtakatifu wakati wote, tutaweza kutambua hata sauti hafifu sana ya Roho Mtakatifu. Kisha, mambo yote yataweza kuingiliana vizuri.

Kwa namna fulani, inaweza ikaonekana kuwa kiasi kina sifa ya mwisho zaidi kati ya matunda tisa ya Roho Mtakatifu. Hata hivyo, ni muhimu katika maeneo yote ya matunda mbalimbali.

Kiasi ndicho kinadhibiti matunda mengine yote ya Roho Mtakatifu: upendo, furaha, amani, uvumilivu, fadhili, utu wema, uaminifu na upole. Zaidi ya hayo, matunda mengine yote manane yatakamilishwa tu na tunda la kiasi, na kwa sababu hiyo tunda ya mwisho la kiasi ni la muhimu.

Kila moja ya matunda haya ya Roho Mtakatifu ni la thamani zaidi na zuri zaidi kuliko mawe ya thamani ya ulimwengu huu. Tunaweza kupokea kila kitu tunachoomba katika maombi na tutafanikiwa katika mambo yote ikiwa tutazaa matunda ya Roho Mtakatifu. Pia tunaweza kufunua utukufu wa Mungu kwa kuonyesha nguvu na mamlaka ya Nuru katika ulimwengu huu. Ni matumaini yangu kuwa utatamani na kuwa na matunda ya Roho Mtakatifu zaidi kuliko hazina yoyote ya ulimwengu huu.

Juu ya Mambo Kama Hayo Hakuna Sheria

Wagalatia 5:22-23

"Lakini tunda la Roho ni

upendo, furaha, amani, uvumilivu,

utu wema, fadhili, uaminifu, upole, kiasi;

juu ya mambo kama hayo hakuna sheria

Sura ya 11

Juu ya mambo kama hayo hakuna sheria

Kwa maana uliitwa kwenye uhuru

Kuenenda kwa Roho

Tunda la kwanza kati ya matunda tisa ni upendo

Juu ya mambo kama hayo hakuna sheria

Juu ya mambo kama hayo hakuna sheria

Mtume Paulo alikuwa Myahudi wa Wayahudi, na alikuwa anaenda Dameski kuwakamata Wakristo. Hata hivyo, alipokuwa njiani, alikutana na Bwana na akatubu. Wakati huo hakuielewa kweli ya injili ambayo mtu anaokolewa kupitia imani katika Yesu Kristo, lakini baada ya kupokea zawadi ya Roho Mtakatifu alikuja kuongoza uinjilisti kwa Mataifa kwa uongozi wa Roho Mtakatifu.

Matunda tisa ya Roho Mtakatifu yamenakiliwa katika sura ya 5 ya kitabu cha Wagalatia, ambacho ni moja ya nyaraka zake. Ikiwa tunaelewa hali za wakati huo, tunaweza kuelewa sababu iliyomfanya Paulo awaandikie Wagalatia na ni jinsi ilivyo muhimu sana kwa Wakristo kuzaa matunda ya Roho.

Kwa maana uliitwa kwenye uhuru

Katika safari yake ya kwanza ya umisionari Paulo alikwenda Galatia. Katika sinagogi huko, hakuhubiri Sheria ya Musa na kutahiriwa, bali alihubiri injili ya Yesu Kristo pekee. Maneno yake yalithibitishwa na ishara zifuatazo, na watu wengi waliokoka. Waumini katika kanisa la Galatia walimpenda sana, na ingekuwa inawezekana, wangeng'oa macho yao na kumpa Paulo.

Baada ya Paulo kumaliza safari yake ya kwanza ya umisionari na kurudi Antiokia, kulizuka shida katika kanisa. Watu wengine walikuja kutoka Yudea na kufundisha kwamba watu wa Mataifa walipaswa kutahiriwa ili wapokee wokovu. Paulo na Barnaba walikuwa na mjadala mkubwa na watu hao.

Wale waamini waliamua kuwa Paulo na Barnaba na wengine wachache wanapaswa kukwea kwenda Yerusalemu wakawaone mitume na wazee kuhusiana na suala hili. Walihisi kuwa walihitaji kufikia hitimisho kuhusu Sheria ya Musa wakati wanahubiri Injili kwa Mataifa katika kanisa la Antiokia na Galatia.

Matendo sura ya 15 inaonyesha hali ilivyokuwa kabla na baada ya Baraza la Yerusalemu, na kutokana na mkutano huo tunaweza kufahamu jinsi hali ilivyokuwa wakati huo. Mitume, ambao walikuwa wafuasi wa Yesu, na wazee na wawakilishi wa kanisa walikusanyika na kuwa na majadiliano makali, na wakahitimisha kwamba Mataifa walipaswa kujiepusha na vitu vilivyotiwa najisi na sanamu na wajiepushe na uasherati, nyama ambayo haikuchinjwa na na damu.

Waliwatuma watu hadi Antiokia kupeleka barua rasmi ambayo ilikuwa na uamuzi wa Baraza, kwa kuwa Antiokia ndicho kilichokuwa kituo cha uinjilisti kwa Mataifa. Waliwapa uhuru Mataifa katika kuzingatia Sheria ya Musa kwa sababu ingekuwa vigumu sana kwao kuishika Sheria kama Wayahudi. Kwa njia hii, mtu yeyote wa Mataifa anaweza kupokea wokovu kwa kumwamini Yesu Kristo.

Matendo ya Mitume 15:28-29 inasema, "Kwa maana ilimpendeza Roho Mtakatifu na sisi, tusiwatwike mzigo ila hayo yaliyo lazima, yaani, mjiepushe na vitu vilivyotolewa sadaka kwa sanamu, na damu, na nyama zilizosongolewa, na uasherati. Wasalimu."

Hitimisho la Baraza la Yerusalemu liliwasilishwa kwa makanisa, lakini wale ambao hawakuelewa ukweli wa injili na njia ya msalaba waliendelea kufundisha katika makanisa kwamba waamini walipaswa kufuata Sheria ya Musa. Baadhi ya manabii wa uongo pia waliingia katika kanisa na wakawasumbua waamini kwa kumkosoa mtume Paulo ambaye hakufundisha Sheria.

Tukio hilo lilipotokea katika kanisa la Galatia, Mtume Paulo alifafanua kuhusu uhuru wa kweli wa Wakristo katika barua yake. Alisema kwamba alikuwa akiifuata sheria ya Musa kwa makini lakini akawa mtume kwa Mataifa baada ya kukutana na Bwana, aliwafundisha ukweli wa injili akisema,"Nataka kujifunza neno hili moja kwenu. Je! Mlipokea Roho kwa matendo ya sheria, au kwa kusikia kunakotokana na imani? Je! Mmekuwa wajinga namna hii? Baada ya kuanza katika Roho, mnataka kukamilishwa sasa katika mwili? Mmepatikana na mateso makubwa namna hii bure? Ikiwa ni bure kweli. Basi, yeye awapaye Roho na kufanya miujiza kati yenu, je!Afanya hayo kwa matendo ya sheria, au kwa kusikia kunakotokana na imani?" (Wagalatia 3:2-5)

Alisisitiza kwamba injili ya Yesu Kristo ambayo alifundisha ni ya kweli kwa sababu ilikuwa ufunuo kutoka kwa Mungu, na ilikuwa sababu ya Mataifa kutohitajika kutahiriwa miili yao ni kwa sababu jambo muhimu lilikuwa ni kutahiri mioyo yao. Pia aliwafundisha juu ya tamaa za mwili na za shauku ya Roho Mtakatifu, na kuhusu kazi za mwili na matunda ya Roho Mtakatifu. Alifanya hivyo ili awawezeshe kuelewa namna walivyopaswa kutumia uhuru wao walioupata kupitia ukweli wa injili.

Kuenenda kwa Roho

Sasa, kwa nini Mungu alitoa Sheria ya Musa? Aliileta kwa sababu watu walikuwa waovu na hawakutambua dhambi kama dhambi. Mungu aliwaacha wawe na uelewa juu ya dhambi, na akawaacha watatue tatizo la dhambi na kuifikia haki ya Mungu. Lakini shida ya dhambi haikuweza kutatuliwa kabisa kwa matendo ya Sheria, na kwa sababu hii, Mungu aliruhusu watu waifiikie haki ya Mungu kupitia imani katika Yesu Kristo. Wagalatia 3:13-14 inasema, "Kristo alitukomboa katika laana ya torati, kwa kuwa alifanywa laana kwa ajili yetu; maana imeandikwa, Amelaaniwa kila mtu aangikwaye juu ya mti; ili kwamba baraka ya Abrahamu iwafikie Mataifa katika Yesu Kristo, tupate kupokea ahadi ya Roho kwa njia ya imani." Lakini hiyo haimaanishi kuwa Sheria ilipigwa marufuku. Yesu alisema katika Mathayo 5:17, "Msidhani ya kuwa nilikuja kuitangua Torati au Manabii; la, sikuja kutangua, bali kutimiliza," na katika mstari ufuatao wa 20 akasema, "Maana nawaambia ya kwamba, Haki yenu isipozidi hiyo haki ya Waandishi na Mafarisayo, hamtaingia kamwe katika ufalme wa mbinguni."

Mtume Paulo aliwaambia waamini katika kanisa la Galatia, akasema,"Watoto wangu wadogo, ambao nawaonea uchungu tena mpaka Kristo aumbike ndani yenu" (Wagalatia 4:19), na katika kuhitimisha aliwashauri akasema, "Maana ninyi, ndugu, mliitwa mpate uhuru; lakini uhuru wenu usiwe sababu ya kuufuata mwili, bali tumikianeni kwa upendo. Maana torati yote imetimilika katika neno moja, nalo ni hili, Umpende jirani yako kama nafsi yako. Lakini mkiumana na kulana, angalieni msije mkaangamizana." (Wagalatia 5:13-15).

Kama watoto wa Mungu ambao wamepokea Roho Mtakatifu, tunapaswa kufanya nini ili kutumikiana kwa njia ya upendo hadi Kristo aumbike ndani yetu? Lazima tuenende kwa Roho Mtakatifu ili tusitimize tamaa za mwili. Tunaweza kuwapenda majirani zetu na kuwa na umbo la Kristo ndani yetu ikiwa tunazaa matunda tisa ya Roho Mtakatifu kupitia uongozi wake.

Yesu Kristo alipokea laana ya Sheria na akafa msalabani ingawa hakuwa na hatia, na kupitia kwake tulipata uhuru. Ili tusiweze kuwa watumwa wa dhambi tena, sharti tuzae matunda ya Roho. Tukitenda dhambi tena tukiwa na uhuru huu na kumsulubisha Bwana tena kwa kutenda kazi za mwili, hatutaurithi ufalme wa Mungu. Kinyume chake, ikiwa tunazaa matunda ya Roho kwa kuenenda katika Roho, Mungu atatulinda ili adui ibilisi na Shetani asitudhuru. Zaidi ya hayo, tutapokea chochote tutakachokiomba katika maombi.

"Wapenzi, mioyo yetu isipotuhukumu, tuna ujasiri kwa Mungu; na lolote tuombalo, tunalipokea kwake, kwa kuwa tunazishika amri zake, na kuyatenda yapendezayo machoni pake. Na hii ndiyo amri yake, kwamba tuliamini jina la Mwana wake Yesu Kristo, na kupendana sisi kwa sisi, kama alivyotupa amri.." (1 Yohana 3:21-23).

"Twajua ya kuwa kila mtu aliyezaliwa na Mungu hatendi dhambi; bali yeye aliyezaliwa na Mungu hujilinda, wala yule mwovu hamgusi." (1 Yohana 5:18)

Tunaweza kuzaa matunda ya Roho na kufurahia uhuru wa kweli kama Wakristo tukiwa na imani ya kutembea katika Roho na imani inayofanya kazi kupitia upendo.

Tunda la kwanza kati ya matunda tisa ni upendo

Tunda la kwanza kati ya matunda tisa ya Roho ni upendo. Upendo kama ulivyotajwa katika 1 Wakorintho 13 ni upendo wa kukuza upendo wa kiroho ilhali upendo kama moja ya matunda ya Roho Mtakatifu uko ngazi ya juu; ni upendo usio na mipaka na usio na mwisho, ambao hutimiza Sheria. Ni upendo wa Mungu na Yesu Kristo. Ikiwa tuna upendo huu, tunaweza kujitoa wenyewe kabisa kwa msaada wa Roho Mtakatifu.

Tunaweza kuzaa tunda la furaha kwa kiasi ambacho

tunajitahidi kukuza upendo huu, ili tuweze kufurahi na kushukuru katika hali zote. Kwa njia hii, hatuwezi kuwa na tatizo lolote na mtu yeyote, hivyo tutazaa tunda la amani.

Kadri tunavyotunza amani na Mungu, na sisi wenyewe na kila mtu, tutazaa tunda la uvumilivu. Aina ya uvumilivu ambayo Mungu anataka ni kwamba hatuhitaji hata kubeba chochote kwa sababu tuna wema kamili na ukweli ndani yetu. Ikiwa tuna upendo wa kweli, tunaweza kumwelewa na kumkubali mtu wa aina yoyote pasipo kuwa na hisia yo yote mbaya. Hivyo, hatutakuwa na haja ya kusamehe au kustahimili mioyoni mwetu.

Tunapowavumilia wengine katika wema, tutazaa tunda la wema. Ikiwa katika wema tunawavumilia hata wale ambao hatuwezi kuwaelewa, basi tunaweza kuwaonyesha fadhili. Hata kama wanafanya mambo yasiyo ya kawaida, tutauelewa mtazamo wao na kuwakubali.

Wale wanaozaa tunda la fadhili watakuwa na fadhili pia. Watawachukulia wengine kuwa bora kuliko wao wenyewe na kuangalia maslahi ya wengine kama kwamba ni yao wenyewe. Hawabishani na mtu yeyote, na hawawezi kuongea kwa sauti ya juu. Watakuwa na moyo wa Bwana ambaye hawezi kukata mwanzi uliojeruhiwa au kuuzima utambi unaoungua. Ikiwa unazaa tunda kama hilo la wema, huwezi kusisitiza maoni yako. Utakuwa mwaminifu katika nyumba yote ya Mungu na utakuwa mpole.

Wapole hawatakuwa kizuizi kwa mtu yeyote, na wanaweza kuwa na amani na watu wote. Wana moyo wa ukarimu ili wasiwahukumu wengine au kuwatia hatiani, lakini wawaelewe na kuwakubali wengine.

Ili tuweze kuzaa matunda ya upendo, furaha, amani,

uvumilivu, huruma, wema, uaminifu, na upole kwa amani, ni lazima kuwepo kiasi. Wingi katika Mungu ni mzuri, lakini kazi za Mungu zinapaswa kutekelezwa kwa kufuata utaratibu. Tunahitaji kiasi ili tusifanye kitu chochote kupita kiasi, hata ikiwa kitu hicho ni kizuri. Tunapofuata mapenzi ya Roho Mtakatifu kwa njia hii, Mungu husababisha matunda yote kufanya kazi pamoja kwa wema.

Juu ya mambo kama hayo hakuna sheria

Msaidizi, Roho Mtakatifu, anaongoza watoto wa Mungu kwenye kweli ili waweze kuufurahia uhuru wa kweli na furaha. Uhuru wa kweli ni wokovu kutokana na dhambi na nguvu za Shetani ambaye anajaribu kutuzuia kumtumikia Mungu na kufurahia maisha ya furaha. Pia furaha inapatikana kwa kuwa na ushirika na Mungu.

Kama ilivyosema katika Warumi 8:2, "Kwa sababu sheria ya Roho wa uzima ule ulio katika Kristo Yesu imeniacha huru, mbali na sheria ya dhambi na mauti," ni uhuru ambao tunaweza kuupata tu tunapomwamini Yesu Kristo katika mioyo yetu na kutembea katika nuru. Uhuru huu hauwezi kupatikana kwa nguvu za kibinadamu. Hauwezi kupatikana kamwe pasipo neema ya Mungu, na ni baraka kwamba tunaweza kufurahia daima tukiendelea kuitunza imani yetu.

Pia Yesu alisema katika Yohana 8:32, "...tena mtaifahamu kweli, nayo hiyo kweli itawaweka huru." Uhuru ni ukweli, na haubadiliki. Unakuwa maisha kwetu na unatuongoza kwenye uzima wa milele. Hakuna ukweli katika ulimwengu huu wa kuangamia na kubadilika; Neno la Mungu pekee lisilobadilika ndilo ukweli. Kuujua ukweli ni kujifunza Neno la Mungu, kuliweka katika akili, na kulitendea kazi.

Lakini huenda haitakuwa rahisi kuutendea kazi ukweli kila wakati wote. Watu wana uongo waliojifunza kabla ya kumjua Mungu, na uongo huo huwazuia wasiweze kutenda kweli. Sheria ya mwili ambayo inataka kufuata uongo na sheria ya Roho wa uzima ambayo inataka kufuata ukweli vitapigana vita (Wagalatia 5:17). Hivi ni vita vya kupata uhuru wa kweli. Vita hivi vitaendelea mpaka imani yetu itakapoimarika na tusimame juu ya mwamba wa imani usiotikiswa.

Tunaposimama juu ya mwamba wa imani, tutahisi kuwa ni rahisi kupigana vita vizuri. Tunapoondoa uovu wote na kutakaswa, ndiyo wakati ambao sisi hatimaye tutaufurahia uhuru wa ukweli. Hatutakuwa na haja ya kupiga vita vizuri tena kwa sababu tu tutatenda kweli wakati wote. Ikiwa tunazaa matunda ya Roho Mtakatifu kwa uongozi wake, hakuna mtu anayeweza kutuzuia kuwa na uhuru wa kweli.

Ndiyo sababu Wagalatia 5:18 inasema, "Lakini mkiongozwa na Roho, hampo chini ya sheria," na mistari inayofuata ya 22-23 inasema, "Lakini tunda la Roho ni upendo, furaha, amani, uvumilivu, utu wema, fadhili, uaminifu, upole, kiasi; juu ya mambo kama hayo hakuna sheria."

Ujumbe juu ya matunda tisa ya Roho Mtakatifu ni kama ufunguo wa kufungua lango la baraka. Lakini kwa sababu tu kwamba una ufunguo wa mlango wa baraka, hautafunguka wenyewe. Sharti tuweke ufunguo kwenye kitasa na kuufungua, na hiyo inatumika katika Neno la Mungu. Haijalishi ni kiasi gani tunachosikia, si bado si yetu kabisa. Tunaweza kupokea baraka zilizomo katika Neno la Mungu peke yake pale tunapolitendea kazi.

Mathayo 7:21 inasema, "Si kila mtu aniambiaye, Bwana, Bwana, atakayeingia katika ufalme wa mbinguni; bali ni yeye afanyaye mapenzi ya Baba yangu aliye mbinguni." Yakobo 1:25 inasema, "Lakini aliyeitazama sheria kamilifu iliyo ya uhuru, na kukaa humo, asiwe msikiaji msahaulifu, bali mtendaji wa kazi, huyo atakuwa heri katika kutenda kwake."

Ili tuweze kupokea upendo na baraka za Mungu, ni muhimu kuelewa matunda ya Roho Mtakatifu ni nini, tuyaweke katika akili zetu, na kwa kweli kuzaa matunda hayo kwa kulitendea kazi Neno la Mungu. Ikiwa tunazaa matunda ya Roho Mtakatifu kwa kutendea kazi ukweli kabisa, tutafurahia uhuru wa kweli katika kweli. Tutaisikia kwa uwazi sauti ya Roho Mtakatifu na kuongozwa katika njia zetu zote, ili tupate kufanikiwa katika hali zote. Ninaomba kwa jina la Bwana kwamba utafurahia heshima kubwa duniani na katika Yerusalemu Mpya, ambayo ndiyo makao yetu ya mwisho ya imani.

Mwandishi:
Dr. Jaerock Lee

Dr. Jaerock Lee alizaliwa Muan, Jimbo la Jeonnam, katika Jamhuri ya Korea, mwaka 1943. Akiwa na miaka kati ya ishirini na thelathini, Dr. Lee aliugua magonjwa mengi yasiyokuwa na tiba kwa muda wa miaka saba na alikata tamaa ya kupona na akawa anasubiri kifo. Siku moja majira ya kuchipua mwaka 1974, alipelekwa kanisani na dada yake na alipopiga magoti kuomba, Mungu aliye hai alimponya magonjwa yote mara moja.

Tangu wakati Dr. Lee alipokutana na Mungu aishiye kupitia uponyaji huo wa ajabu, amempenda Mungu kwa moyo wake wote na kwa uaminifu, na mnamo mwaka 1978 aliitwa ili awe mtumishi wa Mungu. Aliomba kwa dhati na kufunga mara nyingi sana ili aweze kujua kwa hakika mapenzi ya Mungu, ayatimize yote na kulitii Neno la Mungu. Mwaka 1982, alianzisha Kanisa Kuu la Manmin katika jiji la Seoul, Korea, na kazi nyingi za Mungu, ikiwa ni pamoja na miujiza ya uponyaji na maajabu, vimekuwa vikitendeka katika kanisa hili

Mnamo mwaka 1986, Dr. Lee aliwekwa wakfu na kusimikwa kama mchungaji katika Mkutano wa Mwaka wa Kanisa la Yesu huko Sungkyul, Korea, na miaka minne baadaye, mwaka 1990, mahubiri yake yalianza kurushwa katika nchi za Australia, Urusi, na Ufilipino. Baada ya muda mfupi nchi nyingine nyingi ziliweza kufikiwa kupitia Far East Broadcasting Company, Kituo cha utangazaji cha Asia Broadcast Station na Washington Christian Radio System.

Miaka mitatu baadaye, mwaka 1993, Kanisa kuu la Manmin lilichaguliwa kuwa moja ya "Makanisa 50 Yanayoongoza Duniani" na jarida la Christian World la Marekani na alipata Shahada ya Heshima ya Uzamivu katika Theolojia (Honorary Doctorate of Divinity) kutoka chuo cha Christian Faith, Florida, Marekani, na katika mwaka 1996 alipata Ph.D. katika Huduma kutoka Kingsway Theological Seminary, Iowa, Marekani.

Tangu mwaka 1993, Dr. Lee amefanya utume/umisionari wa ulimwengu kwa kufanya mikutano mingi huko Tanzania, Argentina, L.A., jiji la Baltimore, Hawaii, na jiji la New York huko Marekani, Uganda, Japani, Pakistani, Kenya, Ufilipino, Hondurasi, India, Urusi, Ujerumani, Peru, Jamhuri ya Kidemokrasia ya watu wa Congo, na Israeli na Estonia.

Mnamo mwaka 2002 alipewa jina la "mwana uvuvio wa ulimwengu" na magazeti maarufu ya Kikristo nchini Korea kutokana na kazi yake katika mikutano mbali mbali aliyoifanya nje ya nchi. Mkutano wa kutajika haswa, ni ule wa 'New York Crusade 2006' ulioandaliwa katika Madison Square Garden, ambao ndiyo ukumbi maarufu zaidi duniani. Mkutano huo ulirushwa hewani kwa mataifa 220, na katika mkutano wa 'Israel United Crusade 2009', uliofanyika International Convention Center (ICC) huko Yerusalemu, alitangaza waziwazi kwamba Yesu Kristo ndiye Masihi na Mwokozi.

Mahubiri yake yanapeperushwa hewani kufikia mataifa 176 kupitia mitambo ya setilaiti ikiwemo GCN TV, na pia aliorodheshwa kama mmoja wa 'Viongozi 10 Wa Kikristo wenye Ushawishi Mkubwa' wa mwaka 2009 na 2010 na gazeti maarufu la Russian Christian magazine In Victory na shirika la habari la Christian Telegraph kwa sababu ya vipindi vyake vya televisheni na huduma yake ya kuchunga makanisa ulimwengu mzima.

Kufikia Mei mwaka 2013, Manmin Central Church ina washirika zaidi ya 120,000. Kuna makanisa yapatayo 10,000 ulimwengu mzima ambayo ni matawi ya Manmini Central Church yakiwemo makanisa 56 yaliyoko Korea, na wamisionari zaidi ya 123 wametumwa nchi 23, ikiwemo Marekani, Urusi, Ujerumai, Canada, Japan, China, Ufaransa, India, Kenya, na nyingine nyingi kufikia sasa.

Kufikia kuchapishwa kwa kitabu hiki, , Dr. Lee ameandika virabu 88, vikiwemo vile vilivyo maarufu kama Kuonja Uzima Wa Milele Kabila Mauti, Maisha Yangu Imani Yangu I & II, Ujumbe wa Msalaba, Kiasi cha Imani, Mbinguni I & II, Jehanamu, Amka, Isreali!, na Nguvu za Mungu. Vitabu vyake vimetafsiriwa katika zaidi ya lugha 76.

Makala yake ya Kikristo huchapishwa kwenye The Hankook Ilbo, The JoongAng Daily, The Chosun Ilbo, The Dong-A Ilbo, The Munhwa Ilbo, The Seoul Shinmun, The Kyunghyang Shinmun, The Korea Economic Daily, The Korea Herald, The Shisa News, na The Christian Press.

Dr. Lee sasa hivi ni kiongozi wa mashirika mengi ya kimisionari na taasisi. Nyadhifa zake zinajumuisha kuwa: Mwenyekiti wa The United Holiness Church of Jesus Christ; Raisi wa Manmin World Mission; Rais wa Kudumu wa The World Christianity Revival Mission Association; Mwasisi na Mwenyekiti wa Bodi ya Global Christian Network (GCN); Mwasisi na Mwenyekiti wa World Christian Doctors Network (WCDN); na Mwasisi & Mwenyekiti wa Bodi ya, Manmin International Seminary (MIS).

Other powerful books by the same author

Heaven I & II

A detailed sketch of the gorgeous living environment the heavenly citizens enjoy and beautiful description of different levels of heavenly kingdoms.

Tasting Eternal Life Before Death

A testimonial memoirs of Dr. Jaerock Lee, who was born again and saved from the valley of the shadow of death and has been leading a perfect exemplary Christian life.

Hell

An earnest message to all mankind from God, who wishes not even one soul to fall into the depths of hell! You will discover the never-before-revealed account of the cruel reality of the Lower Grave and Hell.

My Life My Faith I & II

Dr. Jaerock Lee's autobiography provides the most fragrant spiritual aroma for the readers, through his life extracted from the love of God blossomed in midst of the dark waves, cold yoke and the deepest despair.

The Measure of Faith

What kind of a dwelling place, crown and reward are prepared for you in heaven? This book provides with wisdom and guidance for you to measure your faith and cultivate the best and most mature faith.

Spirit, Soul, and Body I & II

A guidebook that gives the reader spiritual understanding of spirit, soul, and body, and helps him find what kind of 'self' he has made so that he can gain the power to defeat darkness and become a person of spirit.

Awaken, Israel

Why has God kept His eyes on Israel from the beginning of the world to this day? What kind of His providence has been prepared for Israel in the last days, who await the Messiah?

Seven Churches

The letter to the seven churches of the Lord in the book of Revelation is for all the churches that have existed up until now. It is like a signpost for them and a summary of all the words of God in both Old and New Testaments.

Footsteps of the Lord I & II

An unraveled account of secrets about the beginning of time, the origin of Jesus, and God's providence and love for allowing His only begotten Son Passion and resurrection!

The Power of God

A must-read that serves as an essential guide by which one can possess true faith and experience the wondrous power of God

www.urimbooks.com

www.ingramcontent.com/pod-product-compliance
Lightning Source LLC
LaVergne TN
LVHW021815060526
838201LV00058B/3394